WATOTO WA MAMA MUDU

– Masitha Hoeane –

Tamthiliya Tanzia Ramsa kutoka
Afrika Kusini baada ya uhuru (2017)

African Perspectives Publishing
PO Box 95342, Grant Park 2051, South Africa
www.africanperspectives.co.za

© African Perspectives Publishing December 2017

ISBN PRINT 978-0-6399187-3-0
ISBN DIGITAL 978-0-6399187-2-3

Typeset by Gail Day
Cover design by K Creative Design (Pty) Ltd

WATOTO WA MAMA MUDU iliigizwa kwa mara ya kwanza katika Ukumbi wa Tamthiliya wa Aula (Aula Theatre) ulioko Chuo Kikuu cha Pretoria, tarehe 3 Juni, 2016

WAHUSIKA WAFUATAO

Mama Muu	Gcina Mtika
Mkuu wa Shule	Jabulani Masemula
Florina	Tshegofatso Mabele
Gysman/Mhubiri	Lebohang Matsemela
Samson	Mzukisi Kuse
Mamina	Boitshwaro Sepato
Lulu	Katlego Taaibos
Ma-Lozi	Tiisetso Seelamo
MmaLulu	Kamohelo Semela
Maki	Nomsa Skosana
KK	Malose Masenya / Bunolo Menu
Mercy	Ingrid Makgalemele

MWELEKEZI	Masitha Hoeane

TIMU YA UFUNDI

Phuthi Matuba, Mxolisi Duda, Lebogang Makwane
Spiro Schoeman, Mosima Ramatsetse, Kamohelo Semela
Bonolo Menu, Vusi Nyalunga, Tshiamo Shoba, Neo Petersen

UTANGULIZI

WATOTO WA MAMA MUDU ilizinduliwa na mradi wa Ubuntu kwenye Kituo cha Kuendeleza Masoma ya Juu, katika Chuo Kikuu cha Pretoria na ilifadhiliwa na shirika la Marekani liitwalo Templeton World Charity Foundation ambalo bila msaada wake Tamthiliya Tanzia Ramsa hii isingefanikishwa. Tamthiliya Tanzia Tamthiliya hii ni sehemu mojawapo ndogo tu ya mradi mkubwa kuhusu mada ya Ubuntu.

Uandikaji na uelekezi wa Tamthiliya hii una jambo la kuvutia, hususan: uzoefu uliopo kati ya uzinduzi na uhuru wa ubunifu unaobaki kuwa swali tata katika uwanja wa Tamthiliya kwa minajili ya Maendeleo (Theatre for Development). Maprofesa wawili walioizindua (James Ogude na Bheki Peterson) kwa upande mmoja, na mwandishi pamoja na Mwelekezi kwa upande mwingine, walifanikiwa kubuni uhusiano mzuri wa kuridhisha ambao ulipelekea kufanya ubunifu wa mwandishi kustahili kuwa funzo la kuvutia.

Katika tamthiliya hii, jamii ya Edladleni inajitahidi kujitafakari baada ya uhuru Afrika Kusini, huku wakiogelea kwenye mawimbi ya matarajio mengi yasiotimia. Safari za wahusika zinahusisha mzozo wa kunyimwa na kupotoka: hali ya kutopenda wageni kutoka nchi nyingine, uhalifu, utengano wa familia, kujitenga wenyewe pamoja na jamii, ubaya na uchungu wa kutojithamini. Japo hata wakati wa huzuni na kukata tamaa, bado ukombozi unawezekana kwa kutumainia.

Ubuntu (yaani Utu na Ujamaa) - thamani ya binadamu, nguvu ya jamii pamoja na harakati za mazingira, miongoni mwa mengine. Huku joto la mabadiliko likiikumba jamii, Mama Mudu yupo imara kukabiliana na mabadiliko hayo ya utengano. Anajitokeza kutoka kuwa mama wa watoto wanaosumbuliwa na kuwa mama wa jamii nzima. Tamthiliya hii ina sehemu za kusikitisha ila imeelezwa kwa moyo wa upendo kwa jamii yenye hali ya chini. WATOTO WA MAMA MUDU ni kioo cha jamii ya wana Afrika Kusini kuhusiana na mambo ya kila siku, kupitia kwa matukio katika familia ya Mama Mudu na misukosuko inayotokana na mabadiliko ya jamii.

WATOTO WA MAMA MUDU ni masimulizi yenye wahusika wanaoigiza kwa hisia kutokana na mazingira yayowakumba. Kwa hivyo ni masimulizi ya Kiafrika yenye mafunzo muhimu ya kibinadamu na yenye mvuto kote duniani. Yameelezewa kwa msisimko wa uandishi, ukweli na ucheshi ili kumsisimua msikilizaji au mtazamaji. Inajitahidi kuwa tamthiliya nzuri, kusimuliwa na kuigizwa kwa ukweli kwenye tasnia ya sanaa. Hiki kitabu kinakuja kwa lugha mbili, Kiingereza na Kiswahili.

Mwandishi anayeelewa lugha hizi mbili atafurahia kwa sababu sio tu kwamba lugha moja imetafsiriwa moja kwa moja kwa lugha nyingine bali imezingatia mazingira, lugha na utamaduni huzika. Jukwaani, maonyesho yamekuwa na mafanikio makubwa kutokana na kwamba watazamaji pia wameshirikishwa. Swala la watazamaji kuhusishwa kulitokana na maoni kutoka kwao na ndio maana walilipokea zoezi hili kwa hamu kubwa. Ushiriki wa watazamaji ulilenga kuwawezesha watazamaji ili wasiwe tu watazamaji bali pia wahusika wakuu. Ni matumaini yangu kuwa toleo hili lililochapishwa litakuwa na mvuto na msisimko mkubwa kwa wasomaji.

Masitha Hoeane

SHUKRANI

Tamthiliya hii ni mojawapo ya mradi ya Ubuntu uliofadhiliwa na shirika la Templeton World Charity Foundation. Kwao tunatoa shukrani nyingi. Mradi huu ukiwa na makao yake kwenye Kituo cha Kuendeleza Masomo ya Juu (Center for Advancement of Scholarship), katika Chuo Kikuu cha Pretoria, lengo lake ni kugundua au kuchunguza maana halisi na thamani ya Ubuntu (yaani Utu na Ujamaa) katika kuleta maendeleo kwa watu na jamii ya Afrika, tangu ulipoanza mwezi Aprili 2014. Watafiti wakuu wanne wa Chuo hicho walioongoza utafiti ni Profesa James Ogude kama Msimamizi na Mtafiti mkuu, huku Profesa Julian Muller, Christof Heyns na Maxi Schoeman wakiongoza idara zingine.

Napenda kutambua wale wote ambao tulishirikiana nao, washirika wa Ubuntu hapa Afrika Kusini na Afrika mashariki. Shukrani za kipekee kwa Profesa Bhekizizwe Peterson, wa Chuo Kikuu cha Witwatersrand, ambaye mawazo yake yalichangia ukamilifu wa tamthiliya hii. Na kwa Mtafiti msaidizi wangu, Uni

Dyer, ambaye aliratibu shughuli zote za mradi; na Cecilia Samson, mtawala msaidizi wa Kituo ambaye alihakikisha kwamba wahusika wote wamekula na kunywa wakati wa mazoezi-nawashukuruni sana. Motisha na mada ya tamthiliya hii, kwa njia moja au nyingine vilichangia hoja nyingi mbalimbali, zilizotokana na mradi huu, mintarafu namna ya kuelewa dhana ya Ubuntu na wajibu wetu kwa wenzetu na kwa jamii nzima. Tamthiliya ya Watoto wa Mama Mudu, vilevile inatokana na vipengele fulani vya yale tuliyoyagundua katika utafiti wetu na pia kwa yale tuliyaona na kusikia wakati wa kutafiti kwetu, hususan katika kuhoji thamani na umuhimu wa Ubuntu, hasa wakati wa migogoro na baada ya migogoro katika dunia ya leo.

Mwishowe, kwa Daktari Masitha Hoeane (mwandishi na mwelekezi), waagizaji wenzake na wanafunzi wa Chuo Kikuu cha Pretoria (ambao wengi wao hii ilikuwa mara yao ya kwanza kuigiza jukwani); kujituma kwao na msisimko wao ulifanya tamthiliya hii kuwa tukio la kukumbukwa – Ahsanteni.

James Ogude

Mtafiti Mkuu na

Mkurugenzi, Kituo cha Kuendeleza Masomo ya Juu elimu (Centre for the Advancement of Scholarship)

WATOTO WA MAMA MUDU

– Masitha Hoeane –

Tamthiliya Tanzia Ramsa kutoka Afrika Kusini
baada ya Uhuru (2017)

*Imetafsiriwa na Neema Majule
(akisaisiana na Aloo Osotsi Mojola)*

WAHUSIKA

MAMA MUDU (MAMA)	Mwanamke mzee, mwenye hekima nyingi
MAMALULU	Mkwe wake, mke wa KK na mama wa Lulu
KEKI (KK)	Mtoto wa Kiume wa Mama Mudu
FLORINA	Binti wa Mama Mudu, mwanafunzi na Mhamasishaji mtendaji
LULU	Mtoto mwenye vipaji wa KK na Florina, mjukuu wa Mama Mudu
MAKI	Jirani wa Mama Mudu na rafiki mwenye umri mdogo zaidi yake
MKUU WA SHULE	Kinyozi mchangamfu na mtu anayependa starehe

MAMINA	*(maana kamili ya jina ni makamasi)* Mtoto wa mitaani, mara kwa mara hujihusisha kwenye uhalifu, hapendi watu kutoka nchi zingine za Afrika na mchochezi wa ghasia
GYSMAN	Muasi wa kijamii, na rafiki wa KK
SAM	Mwafrika kutoka barani Africa
MERCY	Binti wa Sam
MMALOZI	Mama yake Mamina na rafiki wa Mama Mudu
MCHUNGAJI	

UTANGULIZI

Jamii ya Edladeni: Jukwa ni nyumbani mwa mama Mudu. Vitendo vinafanyika ndani kwenye chumba kimoja kinachoonekana, chumba cha pili cha ndani hakionekani. Chumba kina dirisha moja lenye mapazia yaliyoninginizwa kwa kamba ambalo halijaenea dirisha lote na kuna mlango wa kuingia chumbani. Upande wa kulia kuna sofa la watu watatu na meza ndogo mbele yake. Upande wa kushoto kuna sehemu kupikia na kulia chakula na yenye meza ndogo yenye jiko lenye mafika mawili ya kupikia na baadhi ya vyombo. Meza imefunikwa na kitambaa cha plastiki na imezungukwa na viti vitatu. Samani za ndani kwa ujumla zimechakaa lakini nyumba ni safi.

Mama Mudu anaonekana amejilaza kwenye sofa na anapata usingizi wenye ndoto mbaya ya majinamizi, anaona joka kubwa lenye vichwa vingi linatafuta watoto ili awale pia anaota kuna ukungu mwingi na milio ya wadudu aina ya nyenze inasikika chumbani. Lile joka linazunguka chumbani likipumua kwa hasira na kutoa moshi. Sauti ya mayoe inasikika "linaninyanyua na kunishusika" ikifuatana na mwendo wa lile joka. Mama anaonekana akiwa na hofu na kuweweseka, anaomboleza wakati akiaangalia lile joka na hatimaye anafanikiwa kuwaita watoto. Sauti za watoto (wakiwa wahaonekani) zinasikika:

MAMA MUDU:	Watoto wangu!!
WATOTO:	Mama!!
MAMA MUDU:	Njooni nyumbani
WATOTO:	Tunaogopa
MAMA MUDU:	Mnaogopa nini?
WATOTO:	Mnyama mkali
MAMA MUDU:	Yuko wapi?
WATOTO:	Yuko pale
MAMA MUDU:	Anafanya nini?
WATOTO:	Anakula
MAMA MUDU:	Anakula nini?
WATOTO:	Mkate
MAMA MUDU:	Mkate na nini?
WATOTO:	Na damu
MAMA MUDU:	Basi kimbieni

Kunatokea makelele mengi ya watoto wanaopiga kelele na kusambaa kujificha wasikamatwe na mnyama mkali anapojaribu kuwakamata. Wote wanakimbia na kuacha jukwa wazi, na hapo Mama Mudu anazinduka kutoka usingizini kwa kupiga kelele. MMmaLulu anakimbia kuingia ndani na Maki anafika wakati huo huo, wakionyesha tofauti zao za ugomvi na kutokuelewana kama tai kwenye mzoga wa mwili wa Mama.

MAMA:	Mnyama, mnyama mwenye vichwa vingi. Mtu na awaonye watoto wangu, ooh watoto wangu, huyo amefika tena, sasa amejificha kwenye mlima Edladeni, na mlima unasogea. Watoto wako wapi?
MMALULU:	Mama, mama, amka ni ndoto tu. Mlima bado upo pale pale *(anamgeukia Maki na anamkazia macho)*
MAKI:	Mama ana wasiwasi, huu sio wakati. Huu sio wakati.
MMALULU:	Familia inaweza kutatua, Asante. Kaa kwako tutakuita tukihitaji msaada. Hivyo nenda.
MAKI:	Hiyo ni shida yangu pia. Jirani ni sehemu ya familia. *(huku akiondoka)* Wewe ni mgeni kwenye ndoa hii, ukijaribu kuvunja njia ya Edladeni, utavunja shingo yako mwenyewe.

MmaLulu anamwongoza Mama kwenda chumbani. Nje ya nyumba ya Mama, mtaani anapita Mercy akiangalia kwa woga, akijaribu kuonyesha chanzo cha mayoe ya Mama. Wakati akiwa anajisogeza, Mamina anaingia akimbea kwa madaha anafika halafu ananyakua mkoba wa Mercy kwa kiburi.

MAMINA:	Ndio wewe ni mzamiaji mgeni mweusi!, unatembea tembea tu kwenye mitaa hi ya Edladeni kama ni ya kwako. Je, umelipia kodi ya Edladeni?
MERCY:	Ati nini?
MAMINA:	Kodi ya Edladeni. Hapa ukitembea lazima ulipie. Tena ni mara mbili kwa wageni ambao sio wenyeji *(wimbo wa maandamano ya upinzani unasikika kwa mbali na Mercy anazidi kutetemeka)*

GYSMAN: *(anakimbilia ndani)* Wee Mamina. Acha hiyo, acha hiyo, sasa hivi.

Kwa jinsi Gysman anavyokuwa akisogea, Mamina anapiga goti moja, kwa haraka anatupa mkoba katikati ya miguu ya Gysman, anauchukua mkoba wake, anacheka kwa kejeli na kutoka haraka. Mercy anaangalia na kuondoka kwa hasira, Gysman anamfuata, matarajiyo yake yakumtongoza yakiwa yameshindikana. Sauti ya mabomu ya machozi yakisikika na mayoe ya watu na milio ya magari ya polisi kwa nyuma, sauti hizi zinasikika kwa mbali.

ONYESHO LA KWANZA

(*Nyumbani kwa Mama Mudu*) *kuna ua mdogo na uzio wenye mlango, karibu yake kuna sanduku la posta, limebandikwa kwenye nguzo. Mtaa unaendelea upande wa kushoto ambapo kuna kioski cha SAM's (Maduka ambayo hupatikana sehemu za makazi ya watu/ jamii maskini) na kuna (Kinyozi) saluni ya kiume mali ya mwalimu mkuu. Inasikika sauti ya wimbo wa maandamano ya upinzani "uwii uwii uwii uwii uwii uwii uwii" zinasikika kutoka waandamanaji wasionekana.*

Mama anaenda dirisha moja hadi jingine, anachungulia na mara anatoka nje ya mlango wa uzio. Mamina anavyoenda sauti inasikaka milio ya king'ora.

MAMA:	Heh, maandamano yanahusu nini wakati huu?
MAMINA:	Maandamano yanahusu kupinga na kumaliza kabisa. Naenda kuteketeza shule leo leo.
MAMA:	Kuchoma moto shule ya watoto!

MAMINA: *(akimtisha huku akimsogelea)* Au labda nikuteketeze wewe?, au nyumba yako?

MAMA anakimbilia nyumbani mwake huku akichungulia kuhakikisha MAMINA ameondoka. MAMINA anapita na king'ora yake. MAMA anaendelea na shughuli za nyumbani upande wa jikoni. LULU anatoka kwenye chumba cha ndani taratibu akinyemelea huku akijaribu kutoka nje asionekane.

MAMA: *(bila kugeuka)* Luluuuu! Simama papo hapo! Sisi sio wanyama tunaopishana bila ya salamu, au hunioni?

LULU: Nakuona bibi

MAMA: Kwa nini unipite bila hata ya kusema chochote?, kama bado una mdomo, fanya kitu sahihi.

LULU: Shikamoo Mama

MAMA: Vizuri. Sasa tunaweza tukaongea, wewe mtoto, maisha ni kama mchezo wa mizani, watu hucheza pamoja, unaenda, naenda unaenda naenda. Mizani, mizani, unaona eeh? Sasa niambie sasa hivi asubuhi na mapema unaenda wapi?

LULU: *(huku akikuna kichwa)* Siendi popote.

MAMA: Jambo kama hili halijawahi kusikika popote chini ya mlima wa Edladenii. Halijawahi kusikika *(anacheka kimya kimya)* popote. Hamna! Si popote. Basi kama ni hivyo, vua viatu, vua kisha uende huko unakoita si popote!

LULU: Kweli Mama?

MAMA: Kama huendi popote hutakiwi kuvaa viatu, viatu nilivinunua vya kwenda shuleni

(Lulu anavua viatu kwa hasira)

LULU: Hukoo! *(ananong'ona)* Viatu vyenyewe vimechanika. *(kwa sauti)* Baba aliahidi kuninunulia viatu vipya atakaporudi. Ni wazi kwamba sihitajiki kwenye hii nyumba. Jina langu limekuwa kero. LULU NI KERO KWA MUDU. Ndio mimi. Laiti ningekufa nikiwa hospitalini.

MAMA: Kuwa makini na unachokitamka na kinywa chako, sio mtoto mzuri, sio. Unajua wewe ndiye mwanga na kipenzi cha roho yangu.... Kaa mbali na matatizo.

LULU: Kaa mbali na matatizo, hapa Edladeni? Unaweza ukakwepa mvua hapa lakini nyumba jirani ukapigwa risasi, kumbuka...imempiga mzee Janki mwenye umri ya miaka tisini katikati ya macho akiwa chumbani mwake, vipi kuhusu mtoto wa Mathobo wa miaka mitatu alibakwa na mjomba wake nyumbani kwao. Matundu yapo hadi kwenye nyumba sio kwenye viatu vyangu tu.

MAMA: Bora tundu kwenye soli ya kiatu chako kuliko tundu kwenye roho yako maana tundu kwenye roho yako ni lango la kwenda kuzimu. Ila njoo mtoto mzuri. *(kwa furaha)* Bibi anakupenda *(amkalisha kwenye magoti yake huku Lulu aliangalia pembeni. Aficha maumivu huku akimbembeleza)* Usiende kule nje, kuna hatari.

| LULU: | Hector Petersen *(yule mtoto maarufu aliyeuawa wakati wa mapambano ya Soweto mwaka 1976)* alifariki ili niwe huru, nimezaliwa niwe huru. |
| MAMA: | *(anamsukuma, Lulu ananguka kama chura anayeruka)* umezaliwa huru! *(kiburi cha kuzaliwa)* Kiatu chako kingelikuwa na uwezo wa kuzungumza kingesema hadithi nyingine kabisa. Ama kweli umezaliwa huru, na matundu kwenye kiatu huku tukiteseka namna hii! Sasa nenda, sahau upumbavu wa kuzaliwa huru na uende ukafanye kitu cha msingi, nenda. |

Mama Lulu anageuka na kuondoka, ghafula Mama anashikwa na maumivu kumrudisha magotini, Lulu anarudi kwa haraka.

MAMA:	Niko salama, wewe nenda.
LULU:	Si kweli, haupo salama, MMmaLulu njoo haraka, Mama ameanguka tena. Ni kama anatokwa na damu puani.
MMALULU:	*(huku akiingia ndani)* nini kimetokea, yupo salama?
LULU:	Ndivyo anavyosema ila nahisi hayupo salama. *(huku MMmaLulu akimhudumia Mama, Lulu anatoka nje)*
MMALULU:	*(akinusanusa)* Mama, ugoro, ugoro, ugoro. KK atasemaje akirudi akakuta nimemwachia mama yake anavuta ugoro. Unajua hawa wanaume, wana misuli ila akili ndogo. Maisha yakiwawia magumu, wanageukia kuwa mifuko ya mazoezi ya wanamasumbi – yaani sisi wanawake. Keti hapa mama. *(wanaketi*

mezani bila kuzungumza kwa muda kisha MmaLulu anawapatia chai)

MAMA: Kwa nini lazima nibusu jiwe kama mwanamke asiye na mtoto? Mwanangu Florina – kaondoka kwenda chuo kikuu *(na kaonekana kwenye runinga akiwa na kikundi kinachodai elimu ya juu kuwa bure na kupuuzia uhuru wa watu weusi)* kwa muda mrefu hajarudi nyumbani na sifahamu itachukua muda gani. Vipi kuhusu mwanangu KK, (Bwana Kuficha na kutafuta) watoto wetu wanasema anga ndio mwisho lakini mwisho wa siku sisi wote tunaishia chini ya kunyosheana vidole na kutulia. Ninajisikia hivyo hivyo kwako pia, lakini mwanangu KK atarudi. Mwamini Mungu.

MMALULU: Mama umekuwa ukisema hivyo kwa miaka mingi sasa. Usimhusishe Mungu katika hili, maana KK hatarudi, nina wasiwasi huenda akarudi akiwa kwenye jeneza, kisha? Itanibidi nimlee mwanawe mwenyewe

MAMA: Ni kweli kwamba wamama wameshika sehemu ya makali ya kisu. Lakini hata hivyo watoto sio donge la ngano ambalo unaweza kuliumua kwahachu au amira. Chachu ya kukuza watoto ni familia na jamii. Kumlea mtoto peke yako? Hii ndio sababu siku hizi unatoka na kurudi usiku kama inzi asiye na msimamo. Zzzziii nje zzziiii ndani.

MMALULU: Mbaya sana, inasikitisha iwapo Maki ndiye anayekulisha habari hizi za Edladleni. Je, uliambiwa kama alikamatwa akiiba nguo za Pono kwenye kamba za kuanika nguo?

MAMA:	Shh. Usimhusishe Maki katika hili.
MMALULU:	Yeye ni habari ya Edladenii kwenye miguu miwili. Lakini siku yake inakuja usijali. KK ananiumiza kichwa na inaonyesha anampenda rafiki yake kuliko anavyotujali sisi.
MAMA:	Ndio maana una tabia kama za mbwa wa mtaani? Utaumia.
MMALULU:	Mama mimi ni mtu mzima kumbuka?
MAMA:	Sasa mwanamke mtu mzima anafanya nini nyumbani kwangu? Haa! Angalia juu ya kichwa changu, je umewahi kusikia nikisema mimi ni mtu mzima? Miti hurefuka kwenda juu mbali na aridhi ambayo huishikilia na kuilisha, lakini watu hukua upande ili kushirikiana na watu wengine.Kukua ni kufunga na sio kufungua mianya. Kwa sababu watu wanahitaji wengine kuwa watu. Hiyo ni njia yetu na ndio njia sahihi.

Sam anaingia ndani kwa nguvu anatafuta mahali pa kujificha na hatimaye anapotelea chumbani. Wanawake wanapiga kelele kutokana na jinsi alivyoingia ghafula. Viti vikagongana lakini punde wanatulia na kujirekebisha.

MAMA:	Wewe uliopo humu ndani, habari gani?
SAM:	Mimi ni bwana Sam mumiliki wa kioski.
MAMA:	Je unamfahamu mtu yeyote humu ndani
SAM:	Ndio! ... ninamaanisha Hapana.
MAMA:	Ndio na hapana? Maji moto, maji moto yatawashughulikia hawa wapelelezi wasaliti
SAM:	Hapana, hapana, hapana, hapana, tafadhali

| MAMA: | Toka nje! La sivyo utashtukia watu kumi wakija toka Mlimani, wanaume wasiojiheshimu ambao hawana huruma. Watakurarua, mama yako atasikia mapigo kutoka umbali wa kilomita elfu kumi, tano, nne, tatu, mbili n.k |

Sam anapiga kelele na wanawake wawili wanamrukia na kumwangusha, halafu Sam anainuka tena na kukaa akiwa amejikunja.

SAM:	Tafadhali niamini, mimi si mtu mbaya. Msiniogope, kuna watu walikuwa wananikimbiza, alitaka kuniua.
MMALULU:	Kwa nini?
SAM:	Wanasema mimi ni KK
MAMA:	KK?
Sam:	Mzamiaji! Wageni wazamiaji! Hivyo ndivyo watu wa Edladenii wanavyotuita, wanatupiga, wanachukua vitu vyetu, wanachoma moto maduka yetu,wanasema tumechukua kazi zao, biashara zao , wanawake wao, wanauza madawa ya kulevya... hayo makundie yakija, ni wakati wa kukimbia. Wanamwua Mama.
MMALULU:	Kwa nini usiende kuuza madawa ya kulevya kwenye nchi yako?
SAM:	Mimi ni mtu msafi na sifahamu kitu. Sihusiki na madawa ya kulevya, sijawahi kugusa madawa ya kulevya kwenye maisha yangu.
MMALULU:	Njia pekee ya kumsaidia mtu huyu ni kuita gari la wagonjwa.
SAM:	Hapana, hapana msiite gari la wagonjwa.

MMALULU:	Basi polisi.
SAM:	Ninawaomba msiite polisi. Mikoba yao ya kupokea rushwa haijai.
MMALULU:	Mama huyu mtu ana matatizo, tena ile mbaya! Hataki tuite polisi wala gari la wagonjwa.Je anataka nini?
MAMA :	Watu.
MMALULU:	Watu? Unasemaje Mama? Anawakimbia watu?
MAMA:	Una maana kuna mafisi hapo nje.
MMALULU:	Mama sisi pia ni watu, watu wa chini kabisa, kama bado haitoshi kuuza madawa ya kulevya sasa wamevamia nyumba zetu. Nipo huku nje, hufahamu unafanya nini *(anaenda nje anaposikia sauti)*
MAMA:	*(anaelekeza masikio sauti zinapotoka)* Simama hapo hapo ulipo karibu MaMmaLulu, Je, umewahi kumwona mtu huyu akiwa na madawa ya kulevya? Kuna njia nyingi za kutambua vitu kwa kuangalia kupia nyuso zetu.
	(nje kunasikika kelele za kundi la watu wanaotupa mawe juu ya paa la nyumba ambapo wengine wanamzunguka Mama na kumsukuma Sam kwenda chumba cha ndani na wanatoka nje kwenda kukutana nao nje ya mlango wa uzio)
MGONGAJI:	Je kuna fujo zozote hapa?
MAMA MUDU:	Amkia kwanza, adabu yako iko wapi, halafu onyesha uso wako na aniambie jina lako. Naitwa Mama Mudu, na mtoto wangu anaitwa

KK na atataka kujua ni nani alikuwa hapa.
Maki!!! Njoo umtambue kijana huyu
*(wanatoroka wakikimbia na Sam anatoka
kumshukuru Mama. Lakini vishindo vingine
vya miguu vinasikika vikikaribia na Sam kwa
haraka anajificha chini ya meza. Lulu anaingia
akiimba bila kutoa sauti)*

LULU: Damu Mama, Damu ndani ya nyumba! Je
umetokwa na damu puani tena? Hapana? Sasa
hii ni damu ya nani?Je KK yupo hapa? Je,
Hatimaye baba yangu yupo hapa!? Mama!
Nilimwota. *(kwa msisimko anafuata alama za
damu, anafunua kitambaa cha meza na Sam
anatoka chini ya meza)* Huyu mtu yupo hapa,
wanapora bidhaa zake na kuchoma duka lake
sasa hivi, na moshi unapanda angani kama
nyoka anayejaribu kufikia mawingu. Mama
unacheza na moto. Mtoe nje.

MAMA: Hapana

LULU: Mama kwa nini unafanyi hivi? Watampiga
ndege pamoja na kichaka. Wewee hii ni
familia yangu.

LULU: Ni fisi peke yake atakayeweza kutupa mtu kwa
mafisi mwenzake ili wamwue. Amua kama upo
na fisi au upo na mimi. *(Lulu anaokota fimbo
ya ufagio na kujitanua na kuzuia mlango)*
Huyu kijana halali humu ndani. Hii nina
uhakika.

*(Mama anasogea kwake na anasimama
kumwelekea jicho kwa jicho.Baada ya muda,
Lulu anapoteza ujasiri wake mbele ya macho
ya Mama na anauachilia ufagio udondoke
chini. Mama anamkumbatia)*

MAMA:	Damu yake ipo sakafuni kwetu, tusiache iwe mikononi mwetu pia. Ninaelewa mwanangu, ni ngumu na inatuumiza sisi sote. Baba yako atarudi tu. KK atarudi nyumbani.
	(Lulu anatoka nje na anakutana na Mamina nje ambae anampa madawa ya kulevya kwa kificho na wanakwenda pande tofauti. Mama anamrudisha Sam ndani chumbani lakini Sam anatoka tena nje mara anapomsikia binti yake anamwita)
SAM:	Ninatoka nje Mama, ni binti yangu Mercy. Ninatoka nje.
MAMA:	Usifanye hivyo, watakuua.
SAM:	Ni afadhali waniue tu, huyo ni binti yangu. Atafanya mitihani hivi karibuni. Kwa heri Mama na asante. Niombee.
MAMA:	Nenda, kuna njia nzuri na nyingi zaidi za kumtumikia Mungu kuliko maneno kutoka vinywa vya wanadamu. Upendo kwa binti yako ni maombi. Nenda.
	(nje Sam na Mercy wanaungana na kukumbatiana)
MERCY:	Ooh baba nilidhani wamekuua. Asante Mungu. Lakini sasa baba hii ni nini? *(akiangalia majeraha yake)* Baba umeumia, Twende nyumbani kabla hatujachelewa.
SAM:	Mercy hatuwezi kwenda nyumbani. Usinivunje moyo, hatuwezi kwenda nyumbani, unafahamu.

MERCY: Lakini kwetu sisi, ni sawa na kutoka kwenye kikaango kwenda kwenye moto, kutoka mbwa duni kwenda mbwa halisi hapa. Baba twende tu. Hapa hakuna Mungu. Twende tu, twende nyumbani baba-oooo.

(kilio chake kinakatishwa na kundi la watu wenye fujo. Wanakimbia wakiwa wameshikana mikono)

ONYESHO LA PILI

Vinyozi wa Shoshalaza inayomilikiwa na Mwalimu Mkuu, makazi katika kona ya barabara yenye vurugu nyingi.

Pango linasoma: "Mkuu wa shule anakitengeneza kichwa chako ukiwa unasubiri". Anagonga kengele ya shule na kuimba kwenye umati wa watu.

Wakati huo huo, Gysman anaingia kwa ajili ya kukata nywele, akiwa amebeba gazeti. KK anaingia kimya kimya akiwa amevaa kofia na kitambaa cha shingoni asijulikane.

Gysman anamwonyesha ishara Mkuu wa shule kumtaka faragha na Mkuu wa Shule anaangalia uso wa KK wenye hasira na kumpa ushirikiano. Mkuu wa shule anaenda nje lakini akiwa anaonekana akisiliza kinachosemwa bila wao kujua.

KK: Ipo wapi gari, Gysman rafiki yangu? Mwenye gari anaitaka irudishwe haraka na usiendelee kunipa hadithi zingine kwa sababu hii inaendelea kuwa mbaya kwangu. Mwenye gari hawezi kupokea hadidhi zaidi.

GYSMAN: KK mimi nimeshakwambia, niliegesha gari na asubuhi lilitoweka, mimi nifanyaje? Bado ninazo funguo hapa. *(anampa)*

KK: Sasa kuna kazi ambayo inahitaji gari, na gari haipo hapa, na ilikuwa kazi nzuri ya kutupa fedha nyingi. Fannie, amechanganyikiwa na ni hatari! Fanya chochote na fanya haraka la hasha kuna mtu ataumia.

(Mkuu wa shule anaingia tena akichezea zana za biashara yake)

MKUU WA SHULE: Kwa hiyo nyie vijana bado mnazunguka mkiua watu na kuchukua vitu vyao? Kwa nini msistaafu? Au je mnasubiri kupigwa risasi ndicho kiwaachishe.

KK: Nini? Mimi kustaafu? Na kurudi kwenye maisha ya mbwa? Tunaishi kama mbwa.

MKUU WA SHULE: Kwa hiyo tunaishi kama mbwa, eh? Lakini kuishi kama mbwa hakunifanyi mimi kuwa mbwa. Hiyo inamaanisha mbwa wanaoishi kama watu ni watu.

KK: Ni sawa, hilo ni tatizo langu, ni tatizo kubwa, kama mbwa watakuwa watu na watu wawe mbwa, Tuangalie. Uhuru, uhuru, uhuru ni upuuzi! Nchi hii hii mbwa walipata matibabu lakini watu wanakula mavi. Kiatu cha mtoto wa Lulu? Tundu kwenye soli ya kiatu ni kubwa mpaka mdudu anapita.

MKUU WA SHULE : Usilalamike, litengeneze hilo tundu, na kiatu kitakuwa kizima tena. Vitu vikienda vibaya vinaweza kurekebishwa a kuwa sawa.

KK:	Unafanya mambo yaonekane rahisi. Tunanyimwa vitu mpaka haichekeshi.
MKUU WA SHULE:	Kweli tumenyimwa vitu, lakini hatujapotezwa, kwa hivyo havifanani. Sisi ni watu wenye nguvu ndio maana tumesimama imara ya miaka mingi ya ugandamizwaji.
KK:	Najiangalia mwenyewe, sipendi ninachokiona, naangalia vitu vinavyonizunguka. Nyumba yangu, mama yangu, kijana wangu, jirani yangu, maisha yangu yajao ni mabaya si nzuri, ina maana gani kwetu.
MKUU WA SHULE:	Je unawajibika na vitendo vyako au hatima ya vitendo vyako, na je unayafahamu haya KK
KK:	Ni mimi?
MKUU WA SHULE:	Kama Askofu Tutu anavyosema "Hata kama sina kitu, nina kila kitu kama ninaamini"
KK:	Asante, hatimaye sasa ninajua kwa nini maskini ni matajiri.
MKUU WA SHULE:	Hiyo ni kejeli
KK:	Sahau kejeli, kwenye duka unachagua na kulipa, na siyo kuchagua na kuomba. Kama maskini wana kila kitu, hivyo itakuwa kama upenyo wa tundu kwenye kiatu cha Lulu? Sisi ni maskini-tajiri kwenye uhuru. Lakini bado tunasema tupo huru.
MKUU WA SHULE:	KK uhuru kwako ni kila kitu na unafukuza vivuli kwa sababu umefungwa sehemu ambayo hamna kitu. Hamna kitu huku *(anaweka mkono kwenye kifua)*, kufukuza kila kitu huko pasipo kufika popote. Kwa watu wasiothaminiwa, kivuli kufukuza vivuli.

KK:	Sawa hiyo inafanya Edladenii kambi ya vivuli, wala mizoga; hakuna kazi, hakuna kiburi, hakuna malengo, hakuna matarajio, hakuna tumaini, hayo ni makundi maskini na vyombo vya kuombea msaada kukusanya makombo ya mwezi ambayo yanatosha kuweka miili na roho pamoja na kutuwezesha kupumua....Kupumua na kupiga kura, kupiga kura na kupumua. *(anarudia rudia na kuongea kwa haraka mpaka anaishiwa pumzi)* Hayo tu ndio sisi tunafaa. Kwa vipi? Mtu mwenye njaa anawezaje kupiga kura kwa makini?
MKUU WA SHULE:	Ninakubaliana nawe kuwa tumeangushwa KK, lakini unachoita kuangushwa inapaswa kukuhamasisha wewe mtu bora badala ya udhuru wa kugaagaa kwenye matope. Ulimwengu haikudai kitu chochote KK . Unapaswa kutafuta chakula chako wewe mwenyewe.
KK:	Liko wapi shamba langu.
MKUU WA SHULE:	Shamba lako ni mikono na akili yako. Rasilimali kubwa duniani ni mawazo endelevu KK. Si kile usichonacho bali ulichonacho, hata kama ni kidogo. Kama hutaliona hilo utaendelea kuzunguka na kuudhi na kulaumu watu wengine mpaka ufalme upasuke.
GYSMAN:	Usijali, hatuwasumbui watu, bali kuwapunguzia na kuwaondolea mizigo ya ziada.Unasemaje kwa hilo Mkuu wa shule? Tumeshatupilia mbali minyororo ya uhuru na kununua meno ya kung'ata.

(Mayoe na kilio yanasikika kutoka kwa majirani na yanasogea. Mbiu zinapigwa. Mkuu wa shule, Gysman na KK wanahofu na kukimbia kimbia hapo)

KK: Gysman hii ni sauti ya uhuru. Kimbia kwa kuwa uhuru unakuja. Nenda kijana nenda

(Gysman anaweka hela kwenye kiganja cha Mkuu wa shule na anaanza kuondoka)

MKUU WA SHULE: Gysman! Hii hela haitoshi, unapaswa kuongeza.

GYSMAN: Utazikuta chini ya mto wako wa kulalia usiku.

MKUU WA SHULE: Nenda kijana mwenye akili. Nina nywele zako hapa. Utaona. Unahifadhi shimo katika kaburi.

(anavyotoka, Gysman anaenda mpaka kwa Mercy mtaani)

GYSMAN: MERCY yuko wapi mwanaume ulikuwa unaongea nae?

MERCY: Alikuwa anauliza njia.

GYSMAN. Maelekezo ya njia ndiyo yamewafanya nyote mtabasamu na muongee kwa dakika kumi!

MERCY: Jina lake ni Fanne na alikuwa anauliza kuhusu KK. Pia aliulizia ni wapi atampata Lulu. Kuna shida gani Gysman amesema wewe ni rafiki yake.

GYSMAN: Fanne? Rafiki yangu? Una bunduki na unamtafuta KK na Lulu! *(anamkimbilia yule mtu, akiwa anakunja mikono ya shati lake)* Heii rafiki yangu, rudi hapa. Rafiki yangu! Rafiki yangu mcheshi? KK alinikodisha gari! Njoo ulichukue! (MERCY anamfuata)*

ONYESHO LA TATU

*MAMA MUDU anasubiri kwenye mlango wa geti lake aki
watazama wanaopita pita nje. MUHUBIRI wa mitaani anafika na
kusimama nje ya nyumba yake. Mkusanyiko wa wapendwa
unazidi kuongezeka na kuanza kuimba tenzi za rohoni na
mapambio, MAMINA anakaribia kwenye kusanyiko na anaungana
nao.*

MUHUBIRI: Watu wa Edladeni nimetumwa kutoka juu
kuwaonya. Mmefunikwa na uovu mwingi.
Mauaji, wizi, ubakaji, ukaidi na kukosa adabu
yote yanayofanyika hapa Edladeni. Watu wote
mmefunikwa na blanketi la dhambi. Dhambi
imeweka mambo kwenye milango ya mioyo
yenu. Mungu akija kuchunguza mioyo yenu
imejaa giza na hatia. Mungu anaangalia
kutoka juu ya mlima wa Edladeni. Siku
atakaposhuka kutoka juu, utaficha wapi
kichwa chako?

MAMINA anamkaribia MUHUBIRI kutoka kwa nyuma, anamdondosha chini na kuchukua simu yake. Mkutano wote unamkimbiza kupitia njia moja lakini wanarudi kupitia njia nyigine, na MAMINA akiwa ndie mkimbizaji zaidi. Anaanza kutwaa kisu kuwatishia na kuwakimbiza watu nje). MUHUBIRI anamkimbiza lakini anamzidi mbio hivyo anamtupia maneno kumlaani na kumtukana.

MUHUBIRI:	Wewe ni mnoko!
MAMA:	*(akikaribia)* Mwalimu, Muhubiri umesema nini?
MUHUBIRI:	*(akiinamisha kichwa chini)* Si kitu MAMA
MAMA:	Sema hiyo si kitu ni nini?
MUHUBIRI:	Nilikuona New York! Hivyo ndivyo nimemwambia Mama

MAMA anapiga kofi moja la mshangao na anageuka.

MUHUBIRI:	Kwa hiyo mnacheka. Mmoja wenu amechakua simu yangu na mnacheka? Dhambi zenu zinajengeka kama yale mafuriko mpaka yatawazamisha. Sasa hivi mumepitiliza mumemvamia Sam, mtu asiye na hatia. Vidonda kwenye kichwa chake vitachukuwa siku kumi na mitano kupona, kumi na tano. Na vikipona peke yake bila ninyi kufanya chochote. Maafa mabaya yatawapata Edladeni. Subiri muone. Tupo sasa ni siku ya kumi na mbili *(anaanza kuondoka, wakati MMALULU anaingia akiwa amemshikilia mtoto, ambaye anajinasua na kutoroka)*
MAKI:	*(anafunguka na kusema)* Haaaaa, wewe ni mchafu na mbaya. Unafikiri mimi ni Mkurugenzi? Hawa watoto, MAMA MUDU, hawa watoto.

26

MAMA MUDU:	Endelea nakusikiliza, unasema nini kuhusu watoto wangu?
MAKI:	Si watoto wako kwa sasa.
MAMA:	Endelea
MAKI:	Yule kijana wangu tena, amajinasua na ametoroka sasa hivi pale mlangoni. Kwa wiki kadhaa. *(anaigiza sauti ya kijana)* magololi , magololi, magololi, magololi, mama ninunulie magololi, kila kijana katika mtaa wetu anazo hizo gololi. Ananisumbua kama mdudu. Sasa hivi ninapoongea, ziko wapi hizo gololi? Niambie.
MAMA MUDU:	MAKI, unaongea na mimi au kijana wako?
MAKI:	Zimekwenda, nakwambia zimekwenda, hizoo...! Zimepotea kwenye hewa nyembamba kama...
MAMA MUDU:	Hooooo! Usisema hivyo hapa!
MAKI:	Samahani MAMA. Huyu kijana Anasema LULU ana magololi niliyomnunulia. Sasa hivi kakimbia. Inaonyesha kwamba alikuwa anadanganya. Huyu kijana ni kama mdudu akilini mwangu.
MAMA MUDU:	Hapana, hadanganyi nimeziona gololi.
MAKI:	Uliziona?
MAMA MUDU:	Kijana ni mdogo, Gololi alizonazo ni nyingi kuliko umri wake.. Luluuuu!
LULU:	*(anatoka nje)* Nimeshinda.
MAMA MUDU:	Kwa hiyo ulikuwa unasikiliza, eh? LULU Kama hauwezi kucheza na watoto wengine, utacheza peke yako kama nyoka? Njoo hapa!

LULU:	*(akirudi nyuma)* Mmm-mm, Bibi, Mmm-mm.
MAKI:	Lakini MAMA nani anawanunulia hivyo vitu, sisi wazazi ni maskini. Huu ni ufujaji wa hela kama ukiniuliza mimi. Ni vigumu sana kwa mzazi pekee kama mimi, aliye na maumivu makali ya kichwa pia, maumivu makali yanayopita kiasi.
LULU:	Umeshinda, chukua kila kitu. Hivyo ndivyo mambo yanavyoenda, Bibi, sawa sawa. Shuleni wanaita ujasiliamali.
MAMA MUDU:	Anatumia tu shule, lakini hamna mtu mzima mwenye akili timamu anayeweza kuwafundisha watoto vitu hivyo. LULU, magololi mangapi unayo hapo hivi sasa?
LULU:	Thelathini.
MAMA MUDU:	Na watoto wengine hawakupata kitu chochote! Basi mrudishie ishirini na tano.
LULU:	Lakini Bibi hizi ni zangu sasa .....
MAMA MUDU:	Una kichaa kusema ni zako. Nitakupiga mpaka utakuwa uji.
MAKI:	MAMA, basi. Unajua unaweza kufungwa kwa ajili hiyo.
MAMA MUDU:	Kwa nini? Waache waende kuufungia utamaduni wangu sio mimi. Unanyoosha fimbo wakati imelowana na ni laini. Kwa nini utamaduni wangu unalazimishwa kuchukua awamu ya pili. Hapana sikubali.
LULU:	Ulisema unanipenda.
MAMA MUDU:	Sio kwa hasara ya watoto wengine. Wale wanaotaka kuchukuwa kila kitu kiwe chao,

wanaishiwa wanabaki hawana kitu, pia
hawastahili kuwa na kitu *(LULU anakimbia)*

*MAMA MUDU anakaa kwenye kiti na anahema. MWALIMU
anaingia.*

Mama Mudu: MAKI, uchungu wa mzazi, uchungu, uchungu.
Watoto wangu huniumiza na ninahisi kama
kuna nguvu zinazowavuta mbali nami. Niliona
kwenye ndoto yangu. Sasa huyu mdogo
anaanza kuchukua tabia hizi. Mlima wa
Edladeni, funguka na unimeze!

MKUU WA SHULE: Haupo peke yako kwenye jambo hili mama.
Badala ya upepo mtulivu, uhuru huja kwa
watoto wetu kama dhoruba kali ambayo
huwafukuza kutoka walipo kwenda sehemu
bora zaidi. Siwezi kusema kama sitaki uhuru
lakini mimi pia siwezi kusema kwamba
umetuletea uzuri wowote.

MAKI: Tunajua kwamba uhuru ni kifurushi cha bahati.
Wengine wanafunga makubwa na wengine
wanafunga kidogo. Tunacheza kamari kila
wiki, tunapoteza hela zetu lakini sio kicheko
chetu. Maisha yanaendelea.

MKUU WA SHULE: Tulishindwa lakini tumepoteza, ambao
tunafikiri tulishinda kwa sababu kama
tulishinda, mbona bado kuna mateso, kwa nini
kuna uharibifu wa maadili?

MAKI: Nadhani hivyo ndo watu walivyo...

MKUU WA SHULE: Usiseme hivyo Maki kwa sababu sivyo watu
walivyo. Ni upotoshaji wa ukweli. Unafikiri
Mungu alimuumba yule mtu aliyembaka mtoto
mwenye umri wa miaka mitatu na yule

	aliyeweka paka kwenye jiko la kuokea na aliwasha jiko ili kumlazimisha mwenye paka kumpa hela?
MAKI:	Kila nyumba ina choo. Waangalie wale magaidi wa kike na kiume walivyowapiga watu risasi Ufaransa siku ile. Watu walikuwa kwenye michezo halafu wakasikia ratatatatatat! Mlio wa risasi
MAMA MUDU:	Sisi ni watu tofauti. Mungu alitumia udongo kuumba watu, lakini udongo unaweza kugeuzwa kutengeneza maumbo tofauti, Hivyo vitu vyote vilivyoumbwa huko juu vinaweza kutengenezwa tena huku chini. Je unajua? - Ndege mkononi anathamani kuliko ndege wawili kwenye vichaka. Sisi tulikuwa na mila na desturi, mfumo wetu wa maadili ambao ulitufanya tuwe hivi tulivyo na zikatuwezesha kupitia nyakati ngumu zaidi. Lakini tulipokuwa tunakwenda kutafuta uhuru, ninaogopa labda tuliondoa macho. Na kwenye jiko letu la kuokea, mila zetu zimekuwa za baridi. Hatuna ardhi chini ya miguu yetu, na miguu yetu imesimama juu ya mnyama mkali mkubwa.
MAKI:	Inaeleweka. Hakuna kitu ambacho kilikuwa muhimu kama uhuru.
MKUU WA SHULE:	Kweli, lakini uhuru haukuwahi kufanya chochote kwa mtu yeyote. Ni watu ambao wanapaswa kufanya mambo kutumia uhuru na sio uhuru uwafanyie mambo. Ikiwa hauko tayari kuwa huru, basi uko nje, tuseme hivyo. Wanasiasa walijua walichotaka kufanya kwa kutumia uhuru. Mtu wa kawaida ni msafiri kwenye basi ambalo hajui mwisho wake.

MAKI:	Umepatia! Tusilie sana. Baada ya uhuru, kila mtu yupo peke yake na acha shetani akamate waliodhaifu.
MKUU WA SHULE:	Ndio MAKI, lakini kuna njia nyingine iliyobaki na mlango wake unafunga; ni kuwasha tanuru la utamaduni wetu, kuchochea moto.
MAKI:	Tumechelewa. Ninataka kwenda lakini ukipiga makelele nitakusikia kama utanihitaji Mama. Inabidi twende tukamwoshe Ma-Lozi na kumfanyia masaji kabla ya mwisho wa wiki.
MKUU WA SHULE:	Nasikia wanataka kupiga marufuku chakula katika misiba.
MAKI:	Ndiyo, kupunguza gharama.
MAMA MUDU:	Kupunguza gharama na kukata kamba ya uokozi? Chakula misibani ni mshikamano wa usalama wa jamii unaohakikishia chakula kwa watu wanyonge, ambapo walioajiriwa na wasioajirika, waliotengwa kiuchumi wanaweza kushirikishana kazi zao. Msifuate mila zingine kabla ya kufikiri kwa makini na hii elimu inawaongoza watoto wetu mahali pabaya. Ni kama dubwana *(mnyama mkali mkubwa)* linalomeza watoto wetu na kuwafanya kuwa wageni kwetu. *(MKUU WA SHULE anaondoka)* MAKI tafadhali uliza kama kuna mtu amewaona watoto wangu. Niahidi.
MAKI:	Naahidi. Nina sababu ya kuja hapa, MAMA. Lakini nilitaka MKUU WA SHULE aondoke kwanza. Si unafahamu ni mwongeaji sana.

(anatoa gazeti la Edladenii kutoka kwenye mkoba wake, akiwa ameuficha mgongoni)

MAMA:	MAKI lete nione
MAKI:	Tabasamu kwangu kwanza, nataka kuona jino lako la mwisho, na hicho kibonyo cha kisichana mashavuni. Sawa Mama baki hapo ukilia lakini wanao ni mashuhuri sasa. *(anamwonyesha gazeti)* Florina kama kawaida mwangalie anavyovuta hapo mbele. Lakini kuna zaidi. Mwangalie KK picha yake ya rangi kwenye gazeti hili!
	(wanacheza, wakipiga vigelegele na kubusu gazeti wakati MmaLulu anaingia)
MMALULU:	Mwanamke huyu! Mbona huja mara zote kutembelea wakati wa chakula? Je, huoni anakudanganya?
MAMA MUDU:	Naam, ungependa yeye akae nyumbani mwake na kufa njaa? Mimi sitaruhusu jirani afe kwa njaa tu hapa mlangoni kwangu. Watu watanifikiriaje? Angalia alicholeta.

MmaLulu anachukua gazeti, analisoma kimya kimya kwa muda, na analitupa chini.

| MMALULU: | Unapaswa kwenda kwenye shule ya usiku na kuacha shule ya kuteta watu. Usiangalie picha tu bali soma! MAMA, gazeti hili linaonyesha KK anatafutwa kwa ujambazi. Ndio maana ya hizi picha. Hizi ni habari mbaya sana sio kwa shangwe. *(wanageuka na kumuona MmaLozi amesimama chumbani na hakuna aliyemuona akiingia. Kitu fulani kwenye muonekano wake kinawapa hofu. MMALULU anaenda kwa MAMA na anamkumbatia kwa muda na MAMA anamkumbatia pia)* |

MAMA:	MmaLozi je umekuwa mchawi? Umetoka wapi na kwa nini unaonekana hivyo?
MMALOZI:	Habari nilizonazo ni nzito na ninasikitika kuwa ni mimi wa kuzileta.
MAMA:	Nenda MmaLozi Nenda! Sitaki kuzisikia *(anachachamaa)* MAKI msindikize nje mpaka mtaani. Fanya nilichosema!
	(MAKI anamtoa MmaLozi nje. MAMA na MMALULU wanaingia chumbani bila kusemezana neno lolote. MAMA anaendelea kusema "watoto wangu")

PUMZIKO: MAZISHI YA LULU

Nyumbani kwa Mama Mudu. Mazishi yanaendelea. MAMA, MMALULU, MMALOZI na MAKI wamekaa pamoja kama wahusika wakubwa na wasaidizi wao. Wengine waliohudhuria ni FLORINA, GYSMAN, MKUU WA SHULE, MAMINA. Kwaya ya Edladeni Choral Group (ECG). Inaongoza ibada kwa kuimba nyimbo na tenzi za rohoni Jeneza linatolewa kwenye gari na linawekwa ndani ya nyumba, linaongozwa na MCHUNGAJI.

MCHUNGAJI: Watu wa Edladeni niliwaonya na hamkufanya kitu. Vidonda vya SAM vina pona, na uponyaji unaelekea hatua za mwisho na sasa hivi tumeshachelewa. Leo tunamzika LULU, mwenye umri wa miaka kumi na mbili tu mwenye tundu la risasi kwenye tumbo lake. Kwenye mfuko wake, tulipata ujumbe unaosema "Mpendwa KK, Hii ni kumbukumbu ya kirafika kwenye sikukuu yako ya kuzaliwa, gari langu, gari langu, gari langu. Sikukuu yako ya kuzaliwa ni siku ya kifo cha mtoto wako." Ni

34

ukatili gani huu, siyo ubinadamu! Unaweza kutoka tu kwenye moyo wa jiwe.

Kuna wakati mlima wa Edladeni ulikuwa umebarikiwa, ulikuwa ni kituo cha miungu walivyokuwa wakitembelea dunia. Lakini leo imekuwa ni laana. Mikono inayochezesha kitanda cha mtoto badaaye huchimba kaburi. Haya yatatendeka mpaka lini? Leo sio jana. Jana ilikuwa saa ya kuongea, leo ni saa ya kutembea, kuelekea kwenye kaburi lililo wazi kummeza, LULU, msichana mdogo sana, ameshakufa. Njia hii ni ndefu, na mzigo huu ni mzito. Inasikitisha kusema kwamba kuku wamerudi nyumbani kupumzika bandani. Sasa tumpeleka huyu mtoto kwenye sehemu yake ya kumpuzika milele.

(wanalibeba jeneza na kulitoa nje)

ONYESHO LA NNE

Kwa Kinyozi:

MWALIMU MKUU anamnyoa mteja. MAMINA anaingia na kuanza kucheza karata. Anaonyesha kukosa subira lakini MWALIMU MKUU anambembeleza mara nyingi aendelee kusubiri. Hatimaye FLORINA anaingia na kukaa. MWALIMU MKUU anamaliza kazi yake, anamsindikiza mteja wake nje, na anachukua muda kurudi. Wakati huo huo MAMINA na FLORINA wanongea.

MAMINA:	Hebu twende moja kwa moja kwenye jambo lenyewe. Nyumba ambazo serikali imetupa hazitoshi na zina nyufa nyingi, zimechakaa . Kwa hiyo tunapaswa twende kuchoma maktaba, na mgomo wa maji lazima upande mpaka kiwango cha juu. Je tupo pamoja?
FLORINA:	Subiri, subiri. Kwa sababu nyumba zimechakaa na kuwa na nyufa, hivyo unataka twende kuchoma maktaba? Ndo umesema hivyo?

36

MAMINA:	Ndiyo. Kwahiyo mgomo lazima uongezeke kwenda kiwango cha juu zaidi.
FLORINA:	Mhmm. Ni kiwango gani hicho?
MAMINA:	Fungua mabomba yote, yaacheni wazi. Ruhusu maji ya Mungu yamwagike. Wanasema HAPANA hakuna maji - tunapaswa kufanya mara mbili, tumwagilie maji mitaa ili kumaliza vumbi, tumwagiliye nyumba, magari, kitu chochote na kila kitu. Ukivuta hewa yetu utapata magonjwa ya hewa. Maji ni ya Mungu. Waache watoto wachezee .
FLORINA:	Kuna mchanganyiko wa matatizo tayari. Nyumba hazitoshi, nyumba zina nyufa na kuchakaa, kuchoma maktaba, mgomo wa maji, kuvunja mabomba. Looo! Sasa hivi unaweza kushughulikia haya moja baada ya jingine. Sioni uhusiano.
MAMINA:	Mimi ndiye kiunganishi.
FLORINA:	Kiunganishi dhaifu sana. Kiongozi huwa haruki kutoka kitu kimoja hadi kingine kama mdudu kiroboto.
MAMINA:	Mimi kiroboto! Wewe ni nani mpaka upinge maneno yangu? Maneno yangu hapa ni injili, umenisikia?
FLORINA:	Tuseme hivi, sikujui wewe na wewe hunijui mimi. Hamsini kwa Hamsini.
MAMINA:	Nenda jehenamu!
FLORINA:	Nenda jehenamu pia. Siendi kanisani kwenu kwa hivyo injili yako sio kitu kwangu. Nani alimtuma huyu mnyoo aje kuongea na mimi?

MKUU WA SHULE: *(akiingia)* Oooh Samahani, nilifikiri mnajuana. Huyu ni FLORINA, msichana wa MAMA MUDU.

FLORINA: Mtoto. Fanya iwe mtoto.

MKUU WA SHULE: Mtoto. Yeye ni mgeni kwenye kamati na yuko Chuo Kikuu.

MAMINA: Ada lazima ipunguzwe, oh, naona. Ndiyo, nilikuona kwenye runinga. Ada lazima ipunguzwe. Unafikiri wewe ni maarufu ulivyoigiza igizo la Yizo-Yizo. Ada lazima ipunguzwe ya wale wasichana na wavulana wenye maisha ya starehe na anasa, ndivyo vitu vya ukweli. Ada lazima ipunguzwe ni onyesho la runinga, ni igiizo.

FLORINA: Ada lazima ipunguzwe sio mpira au uongo au uhuni. Ni jozi tofauti ya viatu na lazima useme kwa heshima.

MAMINA: Candas, hamsini kwa hamsini bila kujali ni kwa mvulana au msichana?

FLORINA: Haikuhusu. Nafurahi mimi si wewe. Maji ni uzima, zawadi ya Mungu kwa watoto wa Afrika Kusini, Afrika na Dunia na hiyo ndiyo sababu hasa tunapaswa kuyalinda.

MAMINA: Utayalinda, polisi watafanya nini?

FLORINA: Watawakamata watu wabaya kama wewe, watawafungia ndani na kutupa ufunguo mbali. Kisha wanaweza kuungana na sisi katika kupanda miti. Unataka kupoteza maji na kujiita kiongozi. Wewe ni aibu ambayo inatembea.

MAMINA: Mimi nione aibu! Je wale mashoga, na watu hawa wote wachekeshaji .

MKUU WA SHULE: MAMINA! Usiende huko. Sicho tunachozungumzia.

MAMINA: Sio mimi, ilikuwa kwenye runinga. Mwongozaji potofu wa kidini alisema jana kuwa hao ni waletaji wa ukame na majanga. Tunapaswa kuwashughulikia, kuwaweka sawa. Yeye alisema wageni pia wanatuibia kazi zetu, wanaleta madawa ya kulevya na uhalifu hapa kwetu. Wewe si kitu.

FLORINA: Wewe umeharibika na unahitaji kurekebishwa ndiyo sababu unavuja mambo hayo yasiyo na maana. *(anapiga chafya)* Maji yana matumizi mengine zaidi ya matumizi ya kunywa. Yatumie kabla watu hawajajaa.

MAMINA: Sikia we kisichana, Niliwaua watu wawili na nikafungwa kwa muda kwa ajili ya mtu mmoja huko Gereza Kuu. Mchi wa kuchimbia ulipita moyoni mwake. Niliona macho yake yakizunguka na alivyopiga mateke. Nilimuua...Unasemaje, Nilimuua kwa ustadi wa juu sana. Nimegombana na wanaume wakubwa zaidi kuliko wewe. *(anafanya fujo)* Ninaweza kukufundisha jinsi ya kuwa msichana, sasa hivi. Tumewafunza wengi kama wewe. Msichana ni Msichana. *(fujo inafuata na Mmalozi anaingia kuingilia kati)* Kanipiga. *(anatoa Kisu)*

MMALOZI: Ni nini kinachoendelea *(kwa Mwalimu Mkuu)* na kwa nini unaangalia tu? Jamani, kijana huyo ana kisu. Nipe basi hiyo suruali ikiwa wewe sio mwanaume halisi.

MAMINA: Usiniite kijana .

39

MAKI:	Wewe ni nini? Niambie. Hakika si mwanaume. Mwanaume halisi ni baba na kaka. Mwanaume halisi ana heshima, habebi kisu kuwatisha wanawake. Mwanaume halisi anajiheshimu, anawajibika. Na wewe, amaaa!!
MKUU WA SHULE:	*(anachomoa fimbo)* Niachie huyo mimi MAKI. Acha sasa hivi au nitaharibu uso wako vibaya sana, mpaka watu wako watakufahamu kwa matako yako. *(anabeuwa)* Kijana! Wewe ni kijana, kijana wangu.
MAMINA:	Wewe ni mkuu wa watu wajinga na sio wa Edladeni.

Lakini MAMINA anatulia na MKUU WA SHULE anapata hasira kuonyesha anamaanisha anachotaka kufanya.

MKUU WA SHULE:	Hii fimbo ina vitamini D ya kushughulikia kikamilifu watu wajinga kama wewe. Inamfanya kijana aliyekasirika sana kurudi voetsek!

(MAMINA ameshutuka, anadondosha kisu na kurudi kinyumanyuma. FLORINA anamfuata kwa mzunguko)

FLORINA:	Hautapoteza maji yoyote hapa. Angalia jinsi tunavyoishi, mashamba madogo na mabonde yanayoachwa na Mungu. Watu matajiri wanaishi kwenye Misitu maarufu duniani na misitu ya miti mingi, miti ya majani mengi. Iliyopandwa nasi kwa ajili ya watu wengine. Lakini hapa hata ndege wameanza kuhama mahali hapa. Hiyo ndio sababu lazima tupiganie maisha. Na tutatengeneza nyumba na kujenga maktaba na sio kuziwasha moto.

Msaada huanza nyumbani na Edladeni lazima iendelee!

MAMINA: Hii ni vita.

FLORINA: Tuna vita pia, vita ya kuishi ili kuokoa dunia. Katika vita hiyo, kupoteza maji ni uhalifu mkubwa kwenye vita. Wewe mwenyewe umetengenezwa kwa maji. Hivyo ingiza mkia wa ujinga katika miguu yako mipumbavu na uende! *(mwalimu mkuu anamkimbiza Mamina nje)*

MMALOZI: Mwacheni huyu mjinga.

FLORINA: Umesikia habari njema wakati huu mgumu? Vidonda vya SAM, unamkumbuka SAM? Wamesema vidonda vyake vinakaribia kupona.

(mmalozi akiwa kwenye jukwaa anapata habari na kutamka "vidonda vya SAM" mara nyingi)

MMALOZI: *(kwa upole)* Nilienda kumwona mchawi. Anaanza kucheza kufuata midundo kama ya mchawi. Ukungu unapanda na radi inapiga, anapoigiza kama mchawi na anapopiga makelele). Vidonda ulivyochimba kwenye kichwa cha Sam vinakurudia. Kila kidonda mlichochimba ni kaburi, na kaburi ni mdomo wazi wa dubwana litakalomeza watoto wa Edladeni kutoka kwenye tumbo hadi kwenye kaburi, mpaka makaburi yakijaa na watoto wa Edladeni. Labda, labda, labda ...*(bado anaonekana hajielewi)*

FLORINA: Labda nini?

MMALOZI: *(akiondoka)* Hakuniambia kitu zaidi

FLORINA:	Una mwamini?
MMALOZI:	Kwa nini nisimwamini. Aliniambia KK atakua kichaa.
FLORINA:	Alikuambia? Ilikuwa kabla ya KK kupata kichaa? *(MMALOZI anatikisa kichwa, akionyesha maumivu kwenye uso wake)* Kwa nini haukumwambia MAMA?
MMALOZI:	Mama yako amekuwa chui wa kike. Watoto wake walimwaribu mwanamke mzuri. *(anatulia kwa muda)* Nilienda nyumbani kwake kumwonya kuhusu KK lakini akanifukuza. Hata kabla sijaongea alikuwa juu yangu, alinifukuza haraka. LULU alifariki muda huo huo na mpaka leo, anafikiri nilikuja kumwambia kuhusu kifo cha LULU. Lakini muda huo, sikujua kwamba LULU alikuwa amefariki. *(wanaondoka)*

ONYESHO LA TANO

Kundi kubwa linatembea nje ya nyuma ya MAMA wakiwa na silaha nyingi wakiwatafuta wazamiaji wageni.

Wanamwona SAM kupitia dirisha la duka lake na kuanza kumrushia vitu, mawe. SAM ana kwepa na kundi linazunguka kukutana naye. SAM anatoka akikimbia huku akishika mkono wa MERCY kuelekea nyumbani kwa Mama, lakini kundi lingine linawafungia njia. SAM anapambana mpaka anaweza kutoroka lakini MERCY anaanguka na anazungukwa na hilo kundi. FLORINA anakuja huku akikimbia.

FLORINA: Kijana kafanya nini?

MAMINA: Mwanamke.

FLORINA: Mwanamke? Je huyu Mwanamke ni mwizi? Labda anaiba mikoba?

MAMINA: Hapana.

FLORINA: Mchawi?

MAMINA:	Hapana
FLORINA:	Muuaji?
MAMINA:	Hapana
MKUU WA SHULE:	Mpelelezi wa uongo?
MAMINA:	Hapana
FLORINA:	Nini sasa?
MAMINA:	Mzamiaji , Mzamiaji mgeni!!.
FLORINA:	Nini!

MAMINA anatoa kisu na kumwelekea FLORINA. FLORINA anakimbia ndani ya nyumba huku akilia MAMA!

MAMINA:	Kila mbwa ana siku yake. Nilikuambia.
	(anamchoma kisu Mercy, Florina anakuja huku akikimbia)

MAMA MUDU anapita kwenye mkutano kumfikia mwathirika. Anapiga magoti ili kumlaza na anafunga macho yake. Anafunika mwili na nguo yake mwenyewe. MAMA MUDU anamkumbatia mwathirika.

MAMA MUDU:	Ameenda. *(anafanya ishara ya msalaba)* Kifo cha kikatili kwa kiumbe mpole! Watu wanawezaje kufanya hivi? Wapi katika moyo wa mwanadamu linatoka hili? Nani amefanya hili?
KIMYA.	
MAMA MUDU:	Basi mawe yalipigwa, mawe na mawe na kila jiwe baada ya jiwe jingine. Mwafrika aliyeuawa kwenye udongo wa Afrika chini ya jua la Afrika; Aliuawa na Waafrika wengine kwa kuwa mwafrika! Hao waafrika wenzetu!

	Krismasi inakuja na familia yake inatarajia arudi nyumbani. Lakini hatafika kwa sababu Edladeni imemwua. Kuna dubwana lenye vichwa vingi pamoja nasi
FLORINA:	Nyie wote mmemuua. Wewe, wewe, wewe na wewe. *(wanajificha anavyoonyesha kidole wote)* Je! Hii ndiyo njia yetu?

Wanamshinda nguvu na wanazungusha tairi shingoni mwake

FLORINA:	Tunasema ni kazi ya polisi kwa sababu tumeondoa nafsi zetu na dhamiri zetu. Je, hii ni sawa?
KIMYA.	
FLORINA:	*(anawakabili)* Je, hii ni sahihi, nawauliza!
Sauti:	Hapana.
FLORINA:	Wakati jumuiya nzima walikunja mikono yao na kusimama pembeni, wakati damu inamwagika kwa jina lao. Huo ni ushiriki katika ubaya. Na tunaenda nyumbani kila wakati kwa watoto wetu na kujifanya kuwa binadamu, tukibeba bahati mbaya katika nyumba zetu wenyewe. Si ajabu tukikosa mvua. Tunaua uhuru wetu wenyewe kwa sababu uhuru haukui juu ya uchafu.
KIMYA.	
FLORINA:	Nini kilitokea kwa ubinadamu wetu? Njia pekee ya kuwa na furaha ni kufanya mwingine afurahi; Njia pekee ya kuwa na amani ni kutoa amani; Ninaishi vizuri wakati unapoishi vizuri na kwa sababu unaishi vizuri.

Mkutano:	Hmm, hmmm, hmmmm
FLORINA:	Mwanamke huyo amekufa na amekwenda. Kifo sio kwa waliofariki, kinahusu wanaoishi. Kuhusu sisi ambao ubinadamu wetu umeharibiwa na roho zetu zimenajisiwa na tendo hili. Najua kwamba hili limetoka ndani , sehemu fulani ndani yenu, katika utamaduni wetu na katika nafsi zetu. Mahali fulani ndani zaidi kuliko vijiti na mawe yanapoweza kufika, sauti husikika ikisema sisi hatuko hivyo. Ipeni hiyo sauti nafasi. *(anaacha kuongea)* Au labda tunapaswa tu kuua mbwa huyu.
MAMA MUDU:	La, usifanye hivyo Flori, nguvu ambayo unatumia sasa, usiitumie kwa njia hiyo mtoto wangu, la, hasha. *(si vizuri)* Siyo haki na si busara pia. *(kwa sauti)* Haki hii ya moto na tairi sio njia yetu, kamwe. Upuuzi gani huu wakuunguza mtu kwa sababu alimwunguza mwingine! Utu wetu hauruhusu hilo. Mambo unayowatendea wengine na wewe pia yatakutokea, na unapomumaliza mwenzako unaweza kujimaliza wewe pia pamoja naye. Yeye unaweza kumuua na kumzika, kumficha chini ya udongo lakini fungu la aibu litakuwa sehemu ya mandhari yetu; mna haraka ya kuzika tatizo badala ya kulishughulikia kwa hiyo linaweza kukurudia. Lakini hakuna kaburi la kina cha kutosha kulizika dubwana hili. Lipo miongoni mwetu na ni lazima tulitafute.
FLORINA:	*(anamwangalia juu chini)* Suruali yake imelowa, lakini hakuna mvua. Jasiri! Kwa nini mama yake ambae huona mambo ya mbele, kwa nini hakuona hili kabla?

MAMA MUDU: Mtoto wangu jicho halijioni. Umeumia na
               unataka kuumiza wengine, hili ndio dubwana
               linalotuharibu sisi sote. MMALOZI anawasili,
               mtengenzeni njia na kumbukeni kwamba
               maumivu yake ni maumivu yetu, aibu yake ni
               aibu yetu.

MMALOZI anatembea katikati ya kundi, akiegemea sana kwenye
fimbo yake. Anachukua muda, akitembea na ugumu fulani.
Anakwenda kwenye maiti kufunua uso wake na anainama chini
kwa heshima. Anatembea mpaka kwa mtoto wake, anasimama
mbele yake, anamtazama kwa muda mrefu katika jicho lake na
bila neno anamtemea mate.

MMALOZI: Kila mmoja wenu, kusanyeni kila jiwe lililo
               tumika kumwua huyu dada na kila silaha
               iliyotumika. Wekeni kwenye lundo na
               tengenzeni umbo ya moyo wa binadamu ili
               kuipa Edladeni moyo ambao haupo. Wekeni
               kwenye lundo ili asiwepo mtu anayeweza
               kusahau kilichotokea hapa leo. Ni lundo la
               aibu.

SAM analifikia kundi, anasambaza watu ili afike kwenye tukio,
anamwona MERCY katikati ya mkutano mkubwa. Analia kilio
kikubwa kutoka moyoni na anaomba juu ya mwili wa mtoto wake,
ana uchua mwili wa mtoto wake na kuimba wimbo wa
maombolezo. "Naenda nyumbani ili nisife zaidi" Anaondoka huku
akifuatwa na kila mtu.

HITIMISHO

Mwendelezo wa sauti ya tetemeko. Kila kitu kinakuwa giza na kuna ukungu na moshi. Watu wanakimbia shaghalabaghala huku wakigongana na kupiga makelele. Makelele yanaisha ghafla.

Sauti:	Nini kinaendelea?
Sauti (nyingi):	Tetemeko !!
MMALOZI:	Mlima wetu umesogea na umetikisika. Lakini hili sio tetemeko tu. Ni Steve Bantu Biko, Biko anatikisika na anageuka kwenye kaburi lake, anatikisika kwenye kaburi lake, anatikisa kaburi kwa hasira alivyona watu aliyewafia wamekuwa hawana moyo safi, kuona jinsi walivyobadilika.

– MWISHO –

MAMA MUDU'S CHILDREN

– Masitha Hoeane –

A South African post-freedom tragi-comedy (2017)

CHARACTERS

MAMA MUDU (MAMA)	A woman of mature years and wisdom
MAMALULU	Her daughter-in-law, wife of KK and mother of LULU
KEKI aka KK	MAMA Mudu's son, a born-free turned social rebel
FLORINA	MAMA's daughter, a student and community activist
LULU	Precocious son of KK and FLORINA, grandson to MAMA MUDU
MAKI	MAMA MUDU's younger friend and neighbour
THE HEADMASTER	A bubbly barber and man of the world
MAMINA	A tsotsi and xenophobic rabble-rouser
GYSMAN	Social rebel and KK's friend
SAM	An African from broader Africa

MERCY	SAM's daughter
MMALOZI	MAMINA's mother and friend of MAMA MUDU
PRIEST	

PROLOGUE

COMMUNITY OF EDLADLENI: inside MAMA MUDU's house. All in-house action takes place in the one visible room, the second (inner) room is out of sight. The fore-room has a single window on either side with string-hung floral curtains barely fitting the window caveat and a door into the inner room. To the right, is a three-seater sofa and a coffee-table next to it. On the left of the room is the dining/cooking area where one table has a two-plate cooker and some utensils and the other, covered in a plastic table 'cloth', has three chairs around it. The furniture is generally in a worn-out state but the house is neat.

MAMA MUDU is lying on a sofa and going through a nightmare in which a snake-like monster with several heads is scrounging around for children to devour. Dreamy ambience, mist and creaking of crickets permeate the room. The monster moves around the house, searching, hissing and puffing smoke. A voice shrieks repeatedly 'Ya nkuka, Ya mpeya!'[1] to the rhythm of monster movements. MAMA becomes intensely fearful and restless, moans and groans as she watches the meandering snake-like monster and finally manages a desperate call to the children and unseen children's voices reply:

MAMA MUDU:	Bana ba ka / My children![2]
CHILDREN:	Mme! Mummy!
MAMA MUDU:	Tlong hae / Come home
CHILDREN:	Rea Tshaba / We fear
MAMA MUDU:	Le Tshabang? / Fear what?
CHILDREN:	Koko *(kgokgo)* / A beast.
MAMA MUDU:	E kae / Where is it?
CHILDREN:	Ke yane / Over there.
MAMA MUDU:	E etsang / What's it doing?
CHILDREN:	Eya ja? / It's eating.
MAMA MUDU:	E ja'ng? / Eating what?
CHILDREN:	Bohobe / Bread
MAMA MUDU:	E futswela ka'ng? / Bread with what?
CHILDREN:	Ka madi / With blood.
MAMA MUDU:	Balehang he / Run then run.

1 From Sotho folklore. This was the call of a person carried away by a hyena to "it picks me, now down" so that rescuers following it in the dark can track the beast.
2 A popular game sequence played by children in various African cultures. It's a sundowner game in which the mother calls for them to come home. They reply that a beast stands in the way and wants to devour them and she bids them run to her. Various Southern African cultures have different versions of it.

Pandemonium as the children scream and scatter for cover and the beast tries to snatch them. All the illusions[3] disappear (run off) as MAMA wakes up with a scream. MMALULU rushes in and MAKI arrives at the same time and the bad blood between them immediately takes over like vultures fighting over MAMA's body.

MAMA: My children, my children, oh my children. I saw it, I saw the beast that's come to eat my children and it went behind and under the Edladleni Hill and the e-Hill moved! I fear for Edladleni, the great sage Khotso Sethuntsha[4] prophesied the rattling of Edladleni Hill. The monster has come!

MMALULU: MAMA, MAMA wake up, it's only a dream. The hill is still in its place. *(turns to MAKI and gives her the eye)*

MAKI: MAMA is in distress, this is not the time. Just not the time.

MMALULU: Family can manage, thank you. Stay in your house and we'll call if we need help. Go.

MAKI: It's my business too. A neighbour is family. *(as she goes out)* You are new in marriage here. Try to break the Edladleni way and you break your own neck.

MMALULU leads MAMA into the inner room. Out in the street passing by MAMA's house, MERCY comes looking around timidly, trying to locate the source of MAMA's screams. And while she wavers around, MAMINA comes in walking with a swagger and snatches MERCY's bag with arrogance.

---

3   Physicalized and enacted.
4   Famous diviner.

MAMINA:	Ya, you kwere-kwere walking up and down Edladleni streets as if they belong to you. Have you paid your e-tolls?
MERCY:	My what?
MAMINA:	Edladleni tolls. Here you walk, you pay. Double for non-e citizens. *(a distant protest song can be heard and MERCY becomes even more jittery)*
GYSMAN:	*(rushing in)* Hey MAMINA. Stop it, stop it. Now!

As GYSMAN approaches, MAMINA bends on one knee. In a swift manoeuver, he tosses the bag between GYSMAN's legs, goes round to recover the bag, laughs derisively and is out fast. MERCY looks on and walks out in a huff, with GYSMAN after her, his suitor-ship prospects in tatters. The sound of tear-gas being fired, screaming crowds and police sirens in the background and fade into the distance.

SCENE ONE

MAMA MUDU's house. The small yard has a fence and a gate, next to which is a post-box perched on a pole. The street runs on to the left where SAM's spaza shop and the HEADMASTER's barbershop are. A protest song 'a roba, roba, roba, robe, robe, robe' comes from unseen protesters. MAMA goes from one window to another, and peeps. Soon she comes out to the gate as MAMINA goes past toyi-toyi-ing.

MAMA: Hey, what's the protest about this time?

MAMINA: Protests are about protesting, finish and klaar. I'm going to burn a school this today.

MAMA: Burn a school for children!

MAMINA: *(approaching her threateningly)* Or maybe burn you? Your house?

MAMA escapes into her house and peeps to make sure MAMINA is gone. MAMINA passes on with his toyi-toyi. In the house,

MAMA turns to chores around the cooking area. LULU comes out of the inner room, tip-toeing and trying to steal out.

MAMA: *(without turning)* LULUuuuu! Stop right where you are! We aren't animals that brush past each other without a word. Or don't you see me?

LULU: I can grandma.

MAMA: So why pass by as if I'm a tree or something? If you still have a mouth, do the right thing.

LULU: Hello grandma.

MAMA: Good. Now we can talk. My child, life is like a see-saw people play together. You go, I go, you go, I go. See-saw, see-saw, you see? Now tell me something, where is this early morning rush to?

LULU: *(racks his brain)* Nowhere.

MAMA: Nothing like this has ever been heard under the Edladleni Hill. Nowhere! *(chuckles)* Nowhere. Then put off the shoes, put them off and go to your 'nowhere'!

LULU: Serious grandma?

MAMA: Nowhere no shoes, makes perfect sense to me. I bought those shoes for school, school LULU, school.

LULU: *(LULU puts the shoes off angrily)* There! *(undertones)* They have holes in them anyway. *(aloud)* My father said he'll buy me new shoes when he comes. I can see I'm unwanted in this house. My name's just trouble. LULU TROUBLE MUDU. That's me. I should have died while in hospital.

MAMA:	Be careful what you say with your mouth. No my baby no. You know you are the light and love of grandma's heart …. If you stay out of trouble.
LULU:	Stay out of trouble, here in Edladleni? You might as well duck the rain. Next door, a stray bullet, remember? ... it hit ninety-year old JANKI between the eyes, right in their bedroom. And what about MATHABO's baby? Three years old and raped by the uncle in their house. There are holes in houses, not just my shoes.
MAMA:	Better a hole in the sole of your shoe than a hole in your own soul for that would be a gateway to hell. But come my ponki-ponki. Grandma loves you. *(sits him on her knee LULU facing away. She hides the strain and gives him a stalk sweet)* Just don't go out there, it's dangerous.
LULU:	Hector Petersen[5] died so that I can be free. Grandma, I'm born free.
MAMA:	*(pushes him off. LULU falls like a jumping frog)* Born free! Nyon free, nyon free! If that shoe of yours could speak, it would tell a different story. Born free indeed, with holes in your shoe and us suffering like this! Now go, leave the born-free rubbish and go do something useful. Go.

As LULU turns his back, a pain attacks MAMA and brings her to her knees and LULU comes back in a hurry.

MAMA:	I'm OK, go.

---

5 World famous twelve-year-old and first victim of 1976 SOWETO student uprisings.

LULU:	No you aren't ok. MMALULU come quick-quick MAMA is down again. Seems she's nose-bleeding too.
MMALULU:	*(rushing in)* What's the matter? Is she OK?
LULU:	She says so but it looks more like a KO to me.

As MMALULU attends to MAMA, LULU sneaks out.

MMALULU:	*(sniffs around)* MAMA the snuff, the snuff, the snuff. What will KK say when he comes back and finds that I let his mother take snuff? You know these men, all muscle and little brains, when life turns hard on them, they turn to their punching bags – us women. Sit over here MAMA. *(they sit at table in silence for a while and MMALULU serves tea)*
MAMA:	Why must I kiss a stone like a motherless child? My FLORINA – gone to university, on tv for feesmustfall but hasn't been home for I don't know how long. What about KK my son? Mr Hide-and-seek. Our children say the sky is the limit but at the end of the day we all end up down under. *(points and pauses)* I do feel for you too, but KK will return my child. Trust in God.
MMALULU:	MAMA you've been saying that for years now. Keep God out of it because KK won't return. I fear he may come back in a coffin. And then what? I'd have to raise his child alone.
MAMA:	It's true that a mother holds the blade-end of the knife. But even then, children aren't doe that you raise with yeast. It is families and communities that raise children. Raise a child alone? Is that why these days you go in and out at night like a doomed fly? Bzzz in, bzzz out.

MMALULU:	Too bad if MAKI now feeds you e-news. Did she also tell you that they caught her stealing clothes off Pono's washing line?
MAMA:	Shh. Leave MAKI out of this.
MMALULU:	She is Edladleni news on two legs, with a tongue loose on both ends. But her day is coming, don't you worry. KK is my headache and he seems to like his friend GYSMAN more than he cares for us.
MAMA:	That is why you act as you do, like a stray dog? You'll get hurt.
MMALULU:	MAMA I'm a grown woman remember?
MAMA:	And what is a grown woman doing in my house? Grown woman, haaa! Look, at my head. Have you ever heard me say I'm a grown woman? Trees grow tall and away from the soil that holds and feeds them, but people grow sideways to link up with other people. To grow is to close and not open gaps between people because people need other people to be people. That is our way, the e-way.

SAM bursts into the house, scrambles around for a place to hide, and finally disappears into the inner room. The women scream upon his entrance, chairs topple over. A moment later they recollect themselves for a confrontation.

MAMA:	Hey you in there, who are you?
SAM:	I am Mister SAM of the spaza shop.
MAMA:	Do you know anybody in this house?
SAM:	Yes,... I mean no.

MMALULU:	Yes and no? Boiling water, boiling water will fix the delela[6] spy.
SAM:	No, no, no, no please.
MAMA:	Come out! Or else in a wink of an eye, ten men will come down the e-Hill, men from Vlakplaas that have no sense of humour. When they rattle you, your mummy will feel it ten thousand k's away. Five, Four, Three, two, w...

SAM bursts out and the two women scamper and fall over. They rise and SAM sits crouching.

SAM:	Please believe me, I'm not a bad person. Don't fear me. Some people were chasing me, wanted to kill me.
MMALULU:	What for?
SAM:	They say I'm a KK.
MAMA:	KK?
SAM:	Kwere-kwere. That's what these Edladleni-people call us. They beat us, take our things, burn our shops because they say we take their jobs, businesses, women, sell drugs ... when the e-mob comes, it's time to run. They kill MAMA.
MMALULU:	Why don't you go sell drugs in your country?
SAM:	I am an innocent clean-leaving man. I don't do drugs, never touched drugs in my life.
MMALULU:	The best we can do him is call an ambulance.
SAM:	No, not an ambulance.
MMALULU:	The police then.

6   Disrespectful

SAM:	I pray you, not the police. Their bribe bag has no bottom and never gets full-ooo.
MMALULU:	MAMA this man is trouble, real bad news. No to police, no to ambulance. What does he want?
MAMA:	People.
MMALULU:	People? What are you saying MAMA? He is running away from e-people.
MAMA:	You mean the hyenas out there?
MMALULU:	MAMA we are people too, e-grassroots! As if it's not enough to sell drugs, now they hound us out of our houses. I'm out of here. You don't know what you are doing. *(she goes out when she hears a noise)*
MAMA:	*(cocks her ears)* You stay where you are. *(after MMALULU)* Have you ever seen this man in here with drugs? There are more ways of looking at things than through the two eyes in your face.

Outside a noisy mob is on the search and throw stones on top of the house while others mill around. MAMA pushes SAM into the inner room and goes out to face them at the gate.

KNOCKER:	Do you have any kwere-kwere in there?
MAMA:	Greet first, where are your manners? Then show your face and tell me your name. I am MAMA MUDU and my son is KK and he will want to know who was here. MAKI!! Come identify this boy! *(they run away and SAM comes out to thank MAMA. But more footsteps are heard approaching and SAM dives under the table. LULU enters excited and humming a tune)*

LULU:	Blood, grandma, blood in the house! Have you been nose-bleeding again. No? Then whose blood is this? Is KK here, is my father here at last! MAMAaaaa! I dreamt about him. *(gets excited, follows the trail and lifts the table cloth and SAM comes out from under the table)* This man is here! They are looting and burning his shop right now, and the smoke is rising like a snake reaching for the clouds. MAMA you are playing with fire. Send him out.
MAMA:	No.
LULU:	MAMA why are you doing this? They will hit the bird along with the bush. Hei you *(talking to SAM)* this is my family.
MAMA:	Only a hyena will throw a person to other hyenas to kill.
LULU:	Decide whether you are with the hyenas or with me. *(LULU picks up a broom-stick, enlarges himself and blocks the door with his body)* He is not going to sleep in here. That I guarantee. *(MAMA walks up to him and stands facing him eyeball-to-eyeball. After a while, LULU's bravado dissolves under the stare of MAMA eyes and he opens his palms to let the stick drop. MAMA embraces him)*
MAMA:	His blood is on our floor, let's not have it on our hands as well. I understand my child, it's very hard and hurting for all of us. Your father will return. KK will come home. *(LULU goes out, meets MAMINA outside who clandestinely hands him drugs and they go separate ways. MAMA takes SAM back into the inner room but SAM comes out when he hears his daughter calling his name)*

SAM:	I'm going out MAMA, it's my daughter MERCY. I'm going out.
MAMA:	Don't, they'll kill you.
SAM:	They rather kill me, that's my daughter. She's writing exams soon. Bye MAMA and thank you. Say a prayer for me.
MAMA:	Go, there are better, more honest ways to serve God than words out of a human mouth. Your love for your daughter is prayer. Go.

Outside, SAM and MERCY unite emotionally and caress.

MERCY:	Oh papa, I thought they killed you. Thank God. But now papa what is this? *(seeing his wounds)* Papa you are hurt, let's go home before it's too late.
SAM:	MERCY we can't go home. Don't break my heart, we can't go home, you know that.
MERCY:	But for us it's from the frying pan into the fire, from under-dogs at home to real dogs here. Papa let's just go. There is no God here. Let's just go, let's go home papa-ooooo. *(her crying is broken by a mob shouting. They run out holding hands)*

SCENE TWO

The HEADMASTER's Shosholoza Shavers, a shelter at a busy street corner. The board says: "The HEADMASTER – Does Your Head While U Wait". He rings a school-type bell and sings to the passing crowds. Meanwhile, GYSMAN walks in for a haircut, carrying a newspaper. KK enters, disguised and wears a cap and a scarf. GYSMAN signals the HEADMASTER to give them privacy and the HEADMASTER looks at KK's stern face and cooperates. The HEADMASTER goes out but can be seen eavesdropping.

KK:	Where's the car, GYSMAN my friend? The owner wants it back and don't give me more stories because this is getting serious. Fannie won't take any more stories.
GYSMAN:	KK, I already told you. I parked the car and in the morning it was gone. What am I to do? I still have the keys, here. *(hands them over)*
KK:	Now there's a job which needs a car and there's no car, a real juicy job. Fannie is mad and

66

dangerous! Do something and do it fast or else somebody is going to get hurt.

The HEADMASTER re-enters, juggling the tools of his trade.

HEADMASTER: So you boys still go around killing people and taking their stuff? Why don't you retire? Or are you waiting for a gunshot to do it for you?

KK: What, me retire? And go back to a dog's life? We live like dogs.

HEADMASTER: So we live like dogs now, eh? But to live like a dog doesn't make me a dog. Does it KK? That would mean dogs that live like people are people.

KK: Exactly. It's a problem for me, a big problem when dogs are made people and people are made dogs. Look at us. Freedom, freedom, freedom sy shit maan! Same country, dogs got Medical Aid and people eat mud. LULU-boy's shoe? That hole in the sole is big enough for a mole to go through.

HEADMASTER: Don't moan, mend the hole and the shoe shall be whole again. Things gone wrong can be put right.

KK: You make it sound so easy . But we're so deprived it's not funny.

HEADMASTER: Deprived KK but not depraved, and that's not the same thing. We are a strong people. That's how come we stand intact after years of oppression.

KK: I look at myself I don't like what I see. I look all around me, my house, my mother, my son, my neighbour, my future. It's bad, it's not right. What's so intact about that?

HEADMASTER:	You are responsible for your actions and fate. And you know it KK.
KK:	Am I?
HEADMASTER:	As Bishop Tutu says 'Even though I have nothing, I have everything if only I believe'.
KK:	Thank you, at last I know why the poor are so rich.
HEADMASTER:	That's sarcastic.
KK:	Forget sarcastic. In the store you pick and pay, not pick and pray. If the poor have everything, then it must be things like that gaping hole in LULU's shoe? We are poverty-rich in freedom. Yet we still say we're free.
HEADMASTER:	KK, to you freedom is everything and you're chasing shadows because you're anchored in nothing. Nothing inside here *(hand on chest)* chasing everything out there to nowhere. Hollow people, shadows chasing shadows.
KK:	Ok, that makes Edladleni a camp of shadows and scavengers; no work, no pride, no purpose, no prospects, no hope. Just miserable crowds with begging bowls to collect monthly crumbs enough just to keep body and soul together and breathe; ... breathing and voting, voting and breathing, *(repeats with increasing speed and intensity till he runs out of breath)* That's all we are good for. How can a hungry man vote sensibly?
HEADMASTER:	I agree we've been let down KK but the 'let down' ought to inspire you to be a better person instead of an excuse to wallow in the mud. The world owes you nothing KK. You got to find food for your own mouth.

KK:	Where is my farm?
HEADMASTER:	You farm is your hands and your brain. The greatest resource in the world is resourcefulness KK. Not what you don't have but what you do have, however little it may be. If you don't see that you'll continue to go around bothering and blaming other people till kingdom burst.
GYSMAN:	Don't worry, we don't bother people. Just pruning and relieving them of excess baggage. What do you say to that one, HEADMASTER? We have thrown away the manacles of freedom and bought teeth to bite with.

A loud hue-and-cry rises from the neighbourhood and approaches. Whistles blow. The HEADMASTER, GYSMAN and KK are fearful and run around the space.

KK:	GYSMAN, that's the sound of freedom. Run for freedom is coming. Go man go. *(GYSMAN puts money in the HEADMASTER's palm and makes to leave)*
HEADMASTER:	GYSMAN! This money is not enough. You have to top this up!
GYSMAN:	You'll find it under your pillow tonight.
HEADMASTER:	Go smart boy. I have your hair here. You'll see. You are booking a hole in the graveyard. *(as he goes out, GYSMAN walks up to MERCY in the street)*
GYSMAN:	MERCY, who is that man you were talking to?
MERCY:	He was asking for directions.
GYSMAN:	Directions that make both of you smile and talk for ten minutes!

MERCY:	His name is Fannie and he was asking about KK. He also asked where he can find LULU. GYSMAN what's wrong with you, he said he is your friend.
GYSMAN:	Fannie? My friend? With a gun and looking for KK and LULU! *(he runs after the man, folding his shirt-sleeves)* Hei my friend, come back here. My friend! My funny friend! KK lent the car to me! Come get it! *(MERCY follows him out)*

SCENE THREE

MAMA MUDU waits at the gate watching passers-by brush past.
A street PREACHER comes along and sets up in front of her house.
A small crowd of admirers builds up and sings hymns with holy
gusto. MAMINA worms his way into the crowd and joins in the
action.

PREACHER: People of Edladleni I have been sent from up
high to warn you. You are covered in the grime of
crime. Murder, robbery, rape, insolence you find
it in Edladleni. All covered in a blanket of sin. Sin
has put a pin at the door of your heart. When
God comes, access denied into your dark soul.
God is watching from the top of Edladleni Hill.
The day he comes marching down, where will
you hide your head?

MAMINA approaches the PRIEST from the back, drops him to the
floor and takes his phone. The congregation chases him one way
but they return with MAMINA being the chaser, wielding a knife
and chases them all the way out. When MAMINA returns from

chasing them, the PRIEST chases him but is out-run and fires an insult.

PRIEST: Msono ka nyoko![7]

MAMA: *(coming closer)* Mfundisi, PRIEST what did you just say?

PRIEST: *(head hanging)* Nothing MAMA.

MAMA: Say that nothing again for me.

PRIEST: I saw you in New York! That's what I told him MAMA.

MAMA slaps her hands together in despair and turns away.

PRIEST: So you laugh. One of you takes my phone and you laugh? Your sins are building up like the flood till it drowns you. This time you have gone too far, attacked an innocent man SAM. The wounds on his head will take fifteen days to heal, fifteen. And if they heal on their own and you do nothing about it, a disaster shall befall Edladleni. Wait and watch. We are now at day twelve. *(as he walks out, MMALULU walks in, in an offstage tussle with a child, who breaks free and escapes)*

MAKI: *(fires a final missile)* Haaaaa, you Vuilgoed![8] You think I am a CEO? These children MAMA MUDU, these children.

MAMA MUDU: Go on I'm listening. What about my children?

MAKI: Not yours this time.

---

7   VERY bad vulgarity (in isi-Zulu) but sounds like 'I saw you in New York' when said fast.
8   Dirt.

MAMA:	Go on.
MAKI:	That boy of mine again. He just broke and ran away right on your doorstep. For weeks *(mimics scornfully)* 'nywables, nywables, nywables MAMA buy me marbles, every boy in our street has them' nagging me like a flea. Now where are these nywables as I speak? Tell me.
MAMA MUDU:	MAKI, you are talking to me and not your son.
MAKI:	Gone, I tell you gone, mphhh! Disappeared into thin air like a fa...
MAMA MUDU:	Hooooo! Don't say that here!
MAKI:	Sorry MAMA. The boy says LULU has the marbles I bought for him. Now he's run off. Proves he was lying. The boy is like a stalk-borer in my brain.
MAMA MUDU:	No, he isn't lying I saw the marbles.
MAKI:	You did?
MAMA MUDU:	More marbles than is good for one boy to have. LULUuuu!
LULU:	*(comes out)* I won.
MAMA MUDU:	So you've been listening in, eh? LULU if you don't know how to play with other children, will you play alone like a snake? Come here!
LULU:	*(retreating)* Mmm-mm grandma, mmm-mm.
MAKI:	But MAMA who buys these things, us *skepsels*[9]. Money down the drain if you ask me. Hard on a single parent like me with a migraine too, a king size migraine

9   Us poor parents

LULU:	You win, you take all. That's how it goes, grandma, fair and square. Enterprise they call it at school.
MAMA MUDU:	He's just using school, no sane adult can teach such things to children. LULU, how many marbles do you have in there now?
LULU:	Thirty.
MAMA MUDU:	And other children got nothing! Then give twenty-five back to her.
LULU:	But grandma they're mine now ...
MAMA MUDU:	You are mad to say they are yours. I will beat you into pulp.
MAKI:	MAMA enough. You know you can be arrested for that.
MAMA MUDU:	For what? Let them go arrest my culture not me. You straighten a stick while it's wet and supple. Why is my culture forced to play second fiddle? No I won't take it.
LULU:	You said you love me.
MAMA MUDU:	Not at the expense of other children. Those who want to take everything for themselves alone, end up with nothing, a well-deserved nothing. *(LULU runs away)*

MAMA MUDU sinks into a chair and heaves. The HEADMASTER walks in.

MAMA MUDU:	MAKI, the hurt of motherhood, the hurt, the hurt. My children pain me and I feel like there are forces pulling them away from me. I saw it in my dream. Now this small one is picking up these habits. Edladleni Hill, open up and swallow me!

HEADMASTER: You aren't alone in that MAMA. Instead of a gentle wind, freedom comes to our children as a raging storm which dislodges them from who they are. I can't say that I don't want freedom but I also can't say it's doing us any good either.

MAKI: Now we know that freedom is a Lucky Packet, some score big, some pull out a dud. We play the lotto every week, lose our money but not our smile. Life goes on.

HEADMASTER: We lost but we are losers that think they won. Because if we won, why all this suffering still? Why all this moral degeneration?

MAKI: I suppose that's how people are ....

HEADMASTER: Don't say so MAKI because that's certainly not how people are. It's a distortion. You think God made the person who rapes a three-year-old and one who puts a cat in a micro-wave oven and turns it on to force the owner to give him money?

MAKI: Every house comes with a toilet. Look at these gun-men and gun-women who shot people in France just the other day. People at play and suddenly ratatatatatat!

MAMA MUDU: We are a different people. God uses clay to make people but clay can be re-shaped into anything. So all things made up there can be re-made down here. You know something? A bird in hand is worth two in the bush. We had our culture, our own system of values that shaped and made us who we are and saw us through the hardest times. But as we went searching for freedom, I'm afraid we took our eyes off the ball and the baking oven of our culture went cold. We have no

ground left under our feet and are standing on a
monster.

MAKI: Understandably. Then was then and nothing
mattered but freedom.

HEADMASTER: True, but freedom was never ever going to do
anything for anybody. It's people who are
supposed to do things with freedom and not
freedom do things for them. If you aren't
freedom-ready, then you're out so to speak.
Politicians knew what they were going to do with
freedom. The common man is a passenger on a
bus whose destination he doesn't know.

MAKI: Right you are! We shouldn't cry too much. After
freedom, it's every man for himself and let the
Devil catch the hindmost.

HEADMASTER: Yes MAKI but there is another way left and the
door is closing on it. It is to re-kindle the furnace
of our culture, stoke the fires.

MAKI: Too late. I have to go now but I'm only a shout
away if you need me MAMA. We must go and
wash Ma-Lozi and massage her too before the
end of the week.

HEADMASTER: I hear they want to banish food at funerals.

MAKI: Yes, to cut expenses.

MAMA MUDU: Cut expenses and cut the lifeline for so many?
Food at funerals is a social security safety net to
guarantee a meal for the most vulnerable in the
community where the unemployed and
unemployable, outcasts from the stone economy
can barter their labour. Don't follow other
cultures without carefully thinking first and this

	education is leading our children down the drain. It's like a monster swallowing our children and turning them into strangers to us. *(the HEADMASTER leaves)* MAKI please ask around if anyone has seen my children. Promise me.
MAKI:	I promise. MAMA I had another reason for coming. But I wanted the HEADMASTER to leave first. You know him, too talkative. *(pulls out Edladleni Times from her bag and holds it behind her back)*
MAMA:	MAKI let me see.
MAKI:	Smile for me first, I want to see your back teeth and that girly dimple. Ok MAMA, you sit here crying but your children are famous. *(shows her the paper)* FLORINA feesmustfall look at her pulling from the front. But there's more. Look KK, his picture in colour in a newspaper! *(they dance around and ululate and kiss the paper till MMALULU comes in)*
MMALULU:	This woman! How come she always visits around meal-times? Don't you see she's cheating you?
MAMA MUDU:	Well, would you rather she stays in her house and die of hunger? I won't have a neighbour die of hunger right on my doorstep. What'll people think of me? Now look what she brought.

MMALULU takes the paper, studies it in silence for a while and throws it down.

MMALULU:	You must go to night school and resign from gossip school. Don't just look at pictures, read! MAMA this paper says KK is wanted for armed robbery. That's what these pictures are for, very

bad news, not for the aliliiiiii you've been doing. *(they turn to see MMALOZI standing in the room and none had seen her come in. Something in her demeanour puts fear into them. MMALULU goes to MAMA and holds on to her and MAMA holds her too)*

MAMA: MMALOZI have you become a witch? Where did you drop from and why do you look like that?

MMALOZI: The news is heavy and I'm so sorry that I should be the one to bring it.

MAMA: Go MMALOZI go! I don't want to hear it. *(she gets near-hysterical)* MAKI lead her out and see her into the street. Do as I say! *(MAKI leads MMALOZI away and out. MAMA AND MMALULU go into the inner room without a further word between them. MAMA keeps muttering 'my children')*

INTERLUDE: LULU's FUNERAL

MAMA MUDU's house. A funeral is in progress. MAMA, MMALULU, MMALOZI AND MAKI sit together as the main mourners and their supporters. In attendance is also FLORINA GYSMAN, HEADMASTER, MAMINA. The Edlen Choral Group (ECG) leads the mourners in singing hymns. The coffin comes out and is placed in the house, led by the PRIEST.

PRIEST: People of Edladleni I warned you and you did nothing. SAM's wounds are healing, the heal is moving towards the deadline and it's now too late. Today we bury LULUBOY, only twelve years old and with a bullet hole in his belly. In his pocket, we found a note that says 'Dear KK this is a friendly reminder on your birthday, my car, my car, my car. Your birthday is your child's death day'. How cruel, how vulgar, how insensitive can that be! It can only come from a heart of stone.

Once Edladleni hill was blessed because in days gone by it was the landing pad of the gods when they visited earth. But today it is a curse. Hands that rock the cradle next dig the grave. How far shall this go? Today is not yesterday. Yesterday was time to talk, today is the time to walk, walk to a gaping grave, of LULU so young, so dead. The road is long and the load is heavy. Sad to say the chickens have come back home to roost. Now let us take this boy to his final resting place. *(they carry the coffin out)*

SCENE FOUR

The Barber SHOP: the HEADMASTER is working on the head of a client. MAMINA enters and busies himself with cards. He shows impatience and the HEADMASTER has to calm him down several times. FLORINA finally enters and takes a seat. The HEADMASTER finishes his task, sees the client out, takes long to return. Meanwhile, MAMINA and FLORINA get talking.

MAMINA: Let's get straight to the point. The houses the government gives us aren't enough and many are cracking. So we go burn the library and the water strike must go to a higher level. Are you guys in?

FLORINA: Wait, wait. The houses are cracking so you want to burn the library. Did you say that?

MAMINA: Ya. So the strike goes to a new level.

FLORINA: Mhmm. What level is that?

MAMINA: Open all the taps, break them open. Let God's water flow. They say no to water – we should do it twice over, sprinkle the streets to kill the dust, spray houses, cars, anything and everything. You get tysis breathing our air. Water belongs to God. Let the children play with it.

FLORINA: You have quite a scambana of issues already. Houses not enough, houses cracking, burn library, water strike, breaking pipes. Hooo! Now can you deal with them one by one, I don't see the connection.

MAMINA: I am the connection.

FLORINA: A very loose one. A leader doesn't jump from one thing to another like a flea.

MAMINA: Me a flea! Who are you to cross words with me? My word here is gospel, you hear me?

FLORINA: Lets put it this way, you don't know me, I don't know you. Fifty-fifty.

MAMINA: Voetsek!

FLORINA: Voetsek too. I don't go to your church so your gospel is nothing to me. Who sent this worm to talk to me?

HEADMASTER: *(entering)* Oh sorry, I thought you knew each other. She's FLORINA, MAMA MUDU's girl.

FLORINA: Child. Make it child.

HEADMASTER: Child. She's new in the committee and is at University.

MAMINA: Feesmustfall, Oh I see. Yes, I saw you on tv. This isn't feesmustfall. You think you're a star with your copy-cat Yizo-Yizo feesmustfall of cheese-boys and cheese-girl coconuts usurping the real stuff. Feesmustfall is a tv show, it's acting.

FLORINA:	Feesmustfall isn't football or jiving or hooliganism. It's a different pair of shoes and you better say it with respect.
MAMINA:	Candas, is fifty-fifty a boy or a girl?
FLORINA:	None of your business. Just glad I'm not you. Water is life, God's gift to the children of South Africa, Africa and the World and that's more reason why we should protect it.
MAMINA:	You protect, what'll the police do?
FLORINA:	Catch scoundrels like you, lock them up and throw away the key. Then they can join us in planting trees. You want to waste water and call yourself a leader. You are a walking shame.
MAMINA:	Me a walking shame! What of these homosexuals and all these funny people …
HEADMASTER:	MAMINA! Don't go there. That's not the point.
MAMINA:	It's not me, it was on tv. Shembe just said yesterday that they're bringers of droughts and disasters. We got to fix them, put them right. The king said so too and all these foreigners who steal our jobs, bring drugs here and crime. You are nothing.
FLORINA:	You are broken and need fixing that's why you're leaking all that nonsense. *(sniffs)* And water has other uses besides drinking. Use it before crowding people.
MAMINA:	Listen girlie, I killed two men and did time for one in Sun City. The digging fork went right through his heart. I saw his eyes roll over and his legs kick. I killed him … what do you say, I killed him cum laude. I've hassled men far bigger than

you. *(gets aggressive)* I can teach you how to be a girl, right now. We've sorted many like you. A girl is a girl. *(a scuffle follows and MMALOZI enters to intervene timely)* She struck me. *(pulls out a knife)*

MMALOZI: What's going on and *(to the HEADMASTER)* why are you looking on? For heaven's sake, this boy's got a knife. Bring those trousers here if you aren't a man.

MAMINA: Don't call me a boy here.

MMALOZI: What are you? Tell me. Surely not a man. A real man is a father and brother. A real man's full of respect, doesn't carry a knife around to terrorise women. A real man is dignified, responsible. And you, sies!

HEADMASTER: *(pulls out a whip)* Leave him to me now. You stop that right now or I'll spoil your face so bad that people will identify you by your bums. *(he bellows)* Boyyyyyyyy! You're a boy my boy.

MAMINA: You are a master of stupid heads and not of Edladleni.

But MAMINA calms down as the menacing HEADMASTER shows he means business.

HEADMASTER: This whip's got vitamin D to deal definitively with dunderhead dudes like you. It makes the maddest boy come right voetsek! *(MAMINA is startled, drops the knife and retreats. FLORINA follows him round and round)*

FLORINA: You won't waste any water here. Look how we live, barren god-forsaken patches. The rich suburbs are world-famous forests and forests of trees, leafy trees and grass. Planted by us for other people. But here even birds are beginning to run away. That's what we must fight for - life. And we'll repair houses and build libraries not burn them. Charity begins at home and EdladleniMust Rise!

MAMINA: This is war.

FLORINA: We have a war too, a war of survival to save the earth. In that war, wasting water is the worst war crime. You yourself are made of water. So tuck your ignorant tail between your stupid legs and go! *(the HEADMASTER chases MAMINA and pursues him out)*

MMALOZI: Leave the idiot alone.

FLORINA: Did you hear the good news in all these hard times? SAM'S wounds, remember SAM? They say his wounds have almost healed. *(MMALOZI staggers at the news as if struck and dazed repeatedly muttering 'SAM's wounds')*

MMALOZI: *(softly)* I went to see a sangoma. *(she goes into a Sangoma sequence. The mists come up and the thunder roars as she playacts the Sangoma and screams)* The wounds you dug on SAM's head are coming back at you. Each wound that you dug is a grave, and the grave is a gaping mouth of a monster that will swallow the children of Edladleni. From the womb straight to the tomb. From the womb straight to the tomb till graves are filled with the children of Edladleni. Unless, unless, unless ... *(she still seems dazed and confused)*

FLORINA:	Unless what?
MMALOZI:	*(walking away)* He didn't tell me any more.
FLORINA:	Do you believe him?
MMALOZI:	How can I not? He told me KK was going to go mad.
FLORINA:	Did he? Was it before KK went mad? *(MMALOZI nods, pain in her face)* Why didn't you tell MAMA?
MMALOZI:	Your mother has become a tigress. Her children ruined a good woman. *(pause)* I went to her house to warn her about KK but she sent me away. Even before I could speak she was on me, kicked me out in fact. LULU died around the same time and to this day, she still thinks I came to tell her about LULU's death. But at that time, I didn't even know LULU was dead. *(they go out)*

SCENE FIVE

A mob walks past MAMA's house armed to the teeth and hunting for foreigners. They see SAM through his kiosk window and throw missiles at him. SAM ducks and the mob goes round to meet him. SAM comes out running holding MERCY by the hand and run towards MAMA's house but another section of the mob beats them back and they are cornered. SAM fights his way through and escapes but MERCY falls and is surrounded by a baying mob. FLORINA comes out running.

FLORINA:	What has he done?
MAMINA:	She.
FLORINA:	She? Is she a thief? Bag snatcher?
MAMINA:	No.
FLORINA:	A witch?
MAMINA:	No.
FLORINA:	A murderer?

MAMINA:	No.
HEADMASTER:	Impimpi?
MAMINA:	No.
FLORINA:	What then?
MAMINA:	A kwere-kwere.
FLORINA:	What!

MAMINA draws a knife and approaches FLORINA. FLORINA runs into the house crying 'MAMA!!'

MAMINA:	Every dog has its day. I told you. *(stabs MERCY as FLORINA comes running)*

MAMA MUDU ploughs through the crowd to reach the victim, bends down to help lay her out and close her eyes. She covers the body with her own shawl. MAMA MUDU embraces the victim.

MAMA MUDU:	She's gone. *(sign of the cross)* A violent death for such a gentle creature! How can people do this? Where in the human heart does this come from? Who did this?

SILENCE.

MAMA MUDU:	So stones were cast, stones and stones and every stone a first stone. An African child, killed on African soil under the African sun; killed by other Africans for being African! Hao Ma-Afrika wethu! Christmas is coming and her family expects her to come home. But she won't arrive because Edladleni has murdered her. A many-headed monster lurks amongst us.
FLORINA:	You all killed him. You, you, you and you. *(they cower and hide as she points)* Is this our way?

	(they overpower him and put a tyre around his neck)
FLORINA:	We say it's the job of the police because we have outsourced our souls and consciences. Is this right?
SILENCE.	
FLORINA:	*(confrontationally)* Is this right, I ask of you!
Voices:	No.
FLORINA:	When a whole community folds its hands and stands by while blood is spilled in their name. That is complicity. And we go home each time to our children and pretend to be human, dragging bad luck into our own houses. No wonder there's rain. We are killing our own freedom because freedom doesn't grow on filth.
SILENCE.	
FLORINA:	What happened to our humanity? The only way to be truly happy is to make the next person happy; the only way to have peace is to give peace; I live well when you live well and because you live well.
Crowd:	Hmm, hmmm, hmmmm.
FLORINA:	That woman there is dead and gone but death isn't about the dead, it's about the living. About we whose humanity has been dented and souls polluted by this act. I know that from somewhere deep in you, in our culture and in our soul, somewhere deeper than sticks and stones can reach a voice says this isn't us. This isn't us. Give

that voice a chance, amplify it. *(pause)* Or perhaps we should just kill this dog.

MAMA MUDU: No, don't. Flori, that power you wield now, don't use it that way my child, don't. It's one of the heads of the monster devouring our children. Right becomes wrong if not wise as well. *(aloud)* This fire and tyre justice isn't our way, never was. Our humanity doesn't allow that. The things you do to others also do something to you, and when you are finished with him you may be finished along with him. Him you can kill and bury, hide him under a heap of soil but the shameful heap shall be part of our landscape; you are in a hurry to bury the problem instead of dealing with it because he reflects us back to ourselves. But there's no grave deep enough to bury the beast. There is a monster amongst us and we must find that monster.

FLORINA: *(looks him up and down)* His trousers are wet, yet there's no rain. How brave! Why didn't his fore-seeing mother foresee this.

MAMA MUDU: My child the eye does not see itself. You are hurt and want to hurt, that is the monster ruining us all. There comes MMALOZI, make way for her and remember her pain is our pain, her shame our shame, her hurt our hurt.

MMALOZI walks through into the centre of the human circle, leaning heavily on a stick. She takes time, walking with some difficulty. She goes to the corpse, uncovers its face and bows in respect. She walks towards her son, stops in front of him, looks him long in the eye and without a word, spits on him.

MMALOZI: Each one of you, gather the stones that murdered
             this girl and every weapon used. Put them in
             heap and shape the heap like a human heart to
             give Edladleni the heart it does not have. Put
             them in the heap so that no one forgets what
             happened here today. It is a heap of shame.

*SAM arrives skirts the circle of people, sees MERCY in the middle
and sends out a heart-rending cry, laments and prays over the
body of his child, picks it up and sings the dirge 'I'm going home
to die no more'. He walks out followed by everybody.*

EPILOGUE

The continuous roar of an earthquake. All goes dark and there is smoke and mist. People run around in confusion, screaming and colliing. The sound suddenly stops.

Voice: What's going on?

Voices: An earthquake!!

MMALOZI: Our e-Hill has moved and shaken. But this is not just an earthquake. It is Steve Bantu Biko, he is rattling and turning in his grave, rattling in his grave, rattling the grave in anger to see how heartless the people he died for have become.

– END –

Printed in the United States
By Bookmasters